ப.சரவணன்

தமிழ் இலக்கியத்தில் முனைவர் பட்டம் பெற்றவர். பொதுவாசிப்புக்கு உரிய நாவல்கள், சிறுகதைகள், கவிதைகள், வரலாறுகள் போன்றன சார்ந்து 75க்கும் மேற்பட்ட புத்தகங்களை எழுதியுள்ளார். இவர் 'மேகன்' என்ற புனைபெயரிலும் 'டாக்டர்.ப.சரவணன்' என்ற பெயரிலும் எழுதி வருகிறார்.

கல்லூரியில் தமிழ் இலக்கியம் பயின்றதால் மரபார்ந்த தமிழ் இலக்கியத்தின் மீது ஈடுபாடு கொண்டிருந்தார். பின்னர், எழுத்தாளர் ஜெயமோகனின் எழுத்துகளின் வழியாக நவீனத் தமிழ் இலக்கியத்தின் மீது விருப்பம் கொண்டு, விரிவாக வாசிக்கத் தொடங்கினார். தொடர்ந்து விமர்சனக் கட்டுரைகளை எழுதினார்.

'சொல்புதிது' சிற்றிதழ், 'மருதம்' இணைய இதழ் ஆகியவற்றில் சிலகாலம் பணியாற்றினார். தொடர்ந்து சில இலக்கியக் கூட்டங்களை மதுரையில் நடத்தினார். தற்போது 'தமிழ் விக்கி'யின் கல்வித்துறை சார்ந்த ஆசிரியர் குழுவில் உள்ளார். நவீனத் தமிழ்ப் படைப்புகளின் மீது மரபார்ந்த தமிழ் ரசனை சார்ந்த விமர்சனங்களை முன்வைத்தவர் என்ற முறையில் இவர் தமிழ் இலக்கியப் பெரும்பரப்பில் அடையாளம் காணப்படுகிறார்.

இவர் பெற்றுள்ள விருதுகள்

1. செந்தமிழ்த் திலகம் விருது – ஜூலை 23, 2011
2. இலக்கியச் சுடர் விருது – ஜூலை 21, 2012
3. எழுத்துலகத் தேனீ – 2022

சர்வாதிகாரி போல்பாட்

ப.சரவணன்

சர்வாதிகாரி போல்பாட்
- ப.சரவணன் ©

சுவாசம் பதிப்பகம்

Sarvathikaari Polpot
by P.Saravanan ©

ISBN: 978-81-19550-96-8
Title Number: Swasam 165

First edition: July 2024

Published by:
Swasam Pathippagam,
An imprint of Swasam Publications Private Limited,
52/2, Near B.S Mahal,
Ponmar,
Chennai, Tamil Nadu – 600127
Email: swasam.publications@gmail.com

Printed by: Real Impact Solutions, Chennai – 600 004.

To buy the book: Swasam Bookart - +91-8148066645

Website: https://www.swasambookart.com/

Copyright © Swasam Pathippagam - All rights reserved.

No part of this publication may be reproduced, distributed, or transmitted in any form or by any means, including photocopying, recording, or any other electronic or mechanical methods, without prior written permission of the publisher, except in the case of brief quotations embodied in reviews and certain other non-commercial uses permitted by copyright law.

உள்ளே...

1. கம்போடியாவின் கொடூரம் போல்பாட் — 7
2. இரக்கமற்ற சர்வாதிகாரியின் தொடக்கம் — 12
3. கெமர் ரூஜ் (Khmer Rouge) — 18
4. போல்பாட்டின் உலகப் பார்வை — 23
5. இரக்கமற்ற சர்வாதிகாரி — 29
6. கம்போடிய - வியட்நாமியப் போர் — 41
7. கம்போடிய இனப்படுகொலை — 45
8. போல்பாட்டின் கொள்கைகள் — 50
9. போல்பாட்டின் ஆட்சிக்கு எதிரான உலகளாவிய ஒருமித்த கருத்து — 60
10. போல்பாட்டின் ராணுவம் — 66
11. போல்பாட்டின் மர்மமான கடைசி மணிநேரங்கள் — 72
12. போல்பாட்டின் ஆட்சியில் இருந்து விடுதலை: நன்மைகள், தீமைகள் — 76
13. போல்பாட்டும் கம்போடியாவின் பொருளாதார நிலைமையும் — 80
14. போல்பாட்டும் கம்போடிய ராணுவத் தளவாடங்களின் நிலைமையும் — 86
15. போல்பாட் பற்றிய கருத்துகளும் புத்தகங்களும் — 91

போல்பாட்: வாழ்க்கைக் குறிப்பு

1925: கம்போடியாவின் கொம்பொங் தோம் மாகாணத்தில் சலோத் சார் என்ற பெயரில் பிறந்தார். பின்னர் போல்பாட் என்ற பெயர் கொண்டு அறியப்பட்டார்.

1949: ரேடியோ எலக்ட்ரானிக்ஸ் படிப்பதற்காக உதவித்தொகையில் பாரிஸ் சென்றார்.

1953: உதவித்தொகை குறைக்கப்பட்ட பிறகு புனோம் பென்னுக்குத் திரும்பினார்.

1956 — 1963: புனோம் பென்னில் உள்ள ஒரு தனியார் பள்ளியில் ஆசிரியராக பணியாற்றினார் போல்பாட்.

1963: 'போல் பாட்' என்ற புரட்சிகர புனைப்பெயரை ஏற்றுக்கொண்டார்.

1975: ஜெனரல் லோன் நோலின் ஆட்சியைக் கவிழ்ப்பதில் கெமர் ரூஜ் கொரில்லாப் படைகளுக்குத் தலைமை தாங்கினார்.

1976 — 1979: கெமர் ரூஜ் அரசாங்கத்தின் பிரதமராக பணியாற்றினார்.

1975 — 1979: போல்பாட்டின் தலைமையின் கீழ், அவரது அரசாங்கம் கட்டாய உழைப்பு, பட்டினி, நோய், சித்திரவதை மற்றும் மரணதண்டனை ஆகியவற்றின் மூலம் ஒரு மில்லியனுக்கும் அதிகமான மக்களின் மரணத்துக்குக் காரணமானது.

1998: கம்போடியா—தாய்லாந்து எல்லையில் உள்ள அன்லாங் வெங் அருகே உடல்நலக் குறைபாடு ஏற்பட்டு மரணமடைந்தார்.

1. கம்போடியாவின் கொடூரம் போல்பாட்

போல்பாட் (Pol Pot) - 19 மே 1925 – 15 ஏப்ரல் 1998

கம்போடிய கம்யூனிஸ்ட் புரட்சியாளர் மற்றும் சர்வாதிகாரியான போல்பாட் 1976 முதல் 1979 வரை கம்போடியாவின் பிரதமராக ஆட்சி செய்தார். 1963 முதல் 1997 வரை கம்போடியாவின் கம்யூனிஸ்ட் இயக்கமான கெமர் ரூஜின் (Khmer Rouge) முன்னணி உறுப்பினராக இருந்தார். 1963 முதல் 1981 வரை கம்போசியா கம்யூனிஸ்ட் கட்சியின் பொதுச் செயலாளராகப் பணியாற்றினார். கம்போடியாவில், முற்றிலும் வித்தியாசமான கம்யூனிஸ ஆட்சி முறையைக் கொண்டு வந்த போல்பாட்டின் மூன்றாண்டுகால ஆட்சி கம்போடியாவில் பெரும் இனப்படுகொலையை நிகழ்த்தியது. இவருடைய ஆட்சியில் கொல்லப்பட்டோர் எண்ணிக்கை 20 லட்சம் பேர் என்று மதிப்பிடப்பட்டுள்ளது.

போல்பாட், 1925ம் ஆண்டு கம்போடியாவின் கோம்போங் தோம் மாநிலத்தில் பிறந்தார். இவரின் இயற்பெயர் ஸலோத் ஸார் (Saloth Sar). பின்னாளில், போல்பாட் என்ற பெயரில் அறியப்பட்டார். பிரான்ஸ் நாட்டின் கட்டுப்பாட்டின் கீழ் இருந்த கம்போடியா அந்த அரசின் மக்கள் விரோத நடவடிக்கையால், அங்கு அரசுக்கு எதிரான அலைவீசியது. இந்திய சீனப் போரின் முடிவில், கம்போடியா முழுச் சுதந்திரத்தைப் பெற்று நரோத்தம் சிஹனோக் (Norodom Sihanouk) என்ற அரசரின்கீழ் முடியாட்சியாக அங்கீகரிக்கப்பட்டது.

வளமான விவசாயக் குடும்பத்தில் பிறந்த போல்பாட் கம்போடியாவின் தலைநகரான புனோம் பென்னில் ஆரம்பக் கல்வியை பெற்றார். தனது 20வது வயதில் பிரான்ஸ் தலைநகர் பாரீஸுக்கு ரேடியோ தொழில்நுட்பத்தைக் கற்கச் சென்ற போல்பாட், படிப்பை விட்டுவிட்டுப் புரட்சிகர மாணவ சங்கங்களில் இணைந்து கம்யூனிஸ்டாக மாறினார்.

பின்னர், வியட்நாம் நாட்டைச் சேர்ந்த, ஹோ சி மின், சீன கம்யூனிஸ்டான மாவோ சே துங் ஆகியோரோடு இணைந்து அரசுக்கு எதிரான கலக நடவடிக்கைகளில் ஈடுபட்டார். ‘கெமர் ரூஜ்’ (Khmer Rogue) என்று பெயரிடப்பட்ட கம்யூனிஸ ராணுவத்தை உருவாக்கிய போல்பாட், 1975 ஏப்ரல் மாதம் கம்போடியத் தலைநகர் ‘நாம்பென்’னைக் கைப்பற்றினார். ஆட்சியைக் கைப்பற்றி பிரதம மந்திரி பதவியை ஏற்ற சில மணி நேரத்தில், நாட்டின் பெயரைக் கம்பூச்சியா (Kampuchea) என்று பெயர் மாற்றம் செய்தார்.

நாட்டின் பெருநகரங்கள் சிறு நகரங்கள் அனைத்தையும் காலி செய்து, மக்கள் அனைவரையும் கிராமங்களை நோக்கி விரட்டும்படி, ராணுவத்துக்குக் கட்டளை இட்டார் போல்பாட். இதையடுத்து, சிறு, பெரு நகரங்களில் வாழ்ந்த மக்கள் அனைவரும் அடித்து விரட்டப்பட்டு நாட்டின் விவசாயப் பகுதிக்குக் கொண்டு செல்லப்பட்டனர். கம்பூச்சியாவில் பணப் புழக்கம் முற்றாகத் தடை செய்யப்பட்டது. பணப் பரிவர்த்தனை நிறுத்தப்பட்டது பணத்தை அடிப்படையாகக் கொண்ட பொருளாதாரம் முடிவுக்குக் கொண்டு வரப்பட்டது. சந்தைகள் யாவும் ஒழித்துக் கட்டப்பட்டன. வங்கிகள் மூடப்பட்டன.

மிகவும் கொடூரமான கொள்கைகள் மூலம், மக்களைக் கற்காலச் சமூகத்தை நோக்கி அழைத்துச் செல்ல போல்பாட்

முயற்சி செய்தார். பாரீஸ் நகரில் படித்திருந்தாலும், கல்வியை அறவே வெறுத்தார் போல்பாட். நாட்டின் விவசாய நிலங்களுக்கு விரட்டப்பட்ட மக்கள் விவசாயத்திலும், கால்நடை வளர்ப்பிலும் ஈடுபட ஆயுத முனையில் நிர்ப்பந்தம் செய்யப்பட்டனர். குடும்பங்கள் ஒன்றாக வாழ அனுமதிக்கப்படவில்லை. கணவன் மனைவி பிரிக்கப்பட்டு, வெவ்வேறு இடங்களுக்கு அனுப்பப்பட்டனர். சிறார்களைப் பாதுகாக்கும் பொறுப்பை அரசு ஏற்றுக் கொண்டது.

குழந்தைகள் தனிமைப்படுத்தப்பட்டு, கம்யூனிஸக் கோட்பாடுகளுக்கு ஏற்றவாறு மூளைச்சலவை செய்யப்பட்டனர். புத்தப் பிக்குகளும், கிறிஸ்தவப் பாதிரியார்களும் கொல்லப்பட்டனர். முன்னாள் அரசியல்வாதிகள், ராணுவ அதிகாரிகள் ஆகியோரும் கொல்லப்பட்டனர். போல்பாட் ஆட்சிக்கு வருவதற்கு முன்பு அறுபதாயிரமாக இருந்த புத்தப் பிக்குகளின் எண்ணிக்கை, அவருடைய ஆட்சி முடிவதற்குள் மூன்று ஆயிரமாகக் குறைந்தது. வியட்நாம், சீனா, தாய்லாந்து ஆகிய நாடுகளிலிருந்து கம்போடியா வந்து குடியேறிய சிறுபான்மையினர், தம் தாய்மொழியைப் பயன்படுத்தத் தடை விதிக்கப்பட்டது. தடையை மீறித் தாய்மொழியைப் பயன்படுத்துவோருக்கு மரண தண்டனை வழங்கப்பட்டது.

முஸ்லிம் மதத்தினரான சாம் இன மக்கள் தமது மதம், மொழி, பண்பாட்டு அடையாளங்களை விட்டுக் கொடுக்க மறுத்ததால் அந்த இனத்தவரை படுகொலை செய்வதில் தீவிரம் காட்டினார் போல்பாட். ஐந்து லட்சமாக இருந்த சாம் மக்கள் தொகை, சில ஆயிரங்களாகக் குறைக்கப்பட்டது. விவசாயப் பகுதிகளுக்கு விரட்டப்பட்ட பல்லாயிரக்கணக்கான முன்னாள் அரசு அதிகாரிகள், வர்த்தகர்கள், வங்கி ஊழியர்கள், மருத்துவர்கள், பள்ளி ஆசிரியர்கள் மற்றும் பலர் முகாம்களில் அடைக்கப்பட்டனர். ஹிட்லர் காலத்து யூதர்களை முடக்கிய முகாம்களுக்கு நிகராக அவை இருந்தன. அவர்கள் சாகும் வரை விவசாயப் பணியாற்றும்படி நிர்ப்பந்திக்கப்பட்டனர். நோயுற்றவர்கள் சிகிச்சை அளிக்கப்படாமல் அப்படியே விடப்பட்டனர். கடும் வேலை காரணமாக இறப்பு விகிதம் உயர்ந்தது. நோய், உணவுப் பற்றாக்குறை, பழக்கம் இல்லாத கடின வேலை, ராணுவ வீரர்களின் அடக்குமுறை, மலேரியா பாதிப்பு உள்ளிட்டவற்றால் உயிரிழப்பு அதிகமாகியது. கம்போடியாவில் நடந்த அத்துமீறல்களைச் சர்வதேச நாடுகள் கவனத்தில்

கொள்ளவில்லை. கம்போடியாவின் அண்டை நாடான தாய்லாந்தின் வழியாகவே, கம்போடியாவில் நடந்த அநியாயங்கள் வெளியுலகிற்குக் கசிந்தன.

போல்பாட்டுக்கு சீனா ஆதரவளித்து, கம்போடியா ராணுவ அதிகாரிகளுக்குச் சிறப்பு பயிற்சிகளை வழங்கியது. இனிமேலும் பொறுக்க முடியாது என்ற நிலையில், 1979ம் ஆண்டு ஜனவரியில், கம்போடியாவுக்குள் வியட்நாம் ராணுவம் புகுந்தது. அத்துடன் போல்பாட் ஆட்சி முடிவுக்கு வந்தது. வியட்நாம் ஆட்சியின்கீழ் நாடு ஓரளவு இயல்பு நிலைக்குத் திரும்பியது. வியட்நாம் வெளியேற்றத்தின் பிறகு ஐ.நா. தலைமையில் அமைதி நடவடிக்கைகளும் பொதுத் தேர்தல்களும் கம்போடியாவில் நடத்தப்பட்டன. பொதுத் தேர்தல்களுடன் புதிய அரசு ஆட்சிப் பொறுப்பை ஏற்றது. கம்போடியாவில் பரவலாகப் பல மனிதப் புதைகுழிகள் கண்டுபிடிக்கப்பட்டன. இறந்தோர் எண்ணிக்கை பற்றிய கணக்கெடுப்பில், 20 முதல் 30 லட்சம் பேர் போல்பாட் ஆட்சியில் கொல்லப்பட்டிருக்கலாம் என்று மதிப்பிடப்பட்டது. சிறையில் அடைக்கப்பட்டிருந்த போல்பாட், உலக நீதிமன்றத்தின் விசாரணையைச் சந்திக்கவேயில்லை. அவர் 1998, ஏப்ரல் 15ம் தேதி 72 வயதில் மாரடைப்பால் மரணமடைந்தார்.

போல்பாட் கம்யூனிஸத்தில் உறுதியான நம்பிக்கை கொண்டவர். ஆனால், அவரது பார்வை மார்க்சியத் தரத்தில் கூடத் தீவிரமானது. நவீனத் தொழில்நுட்பம் மற்றும் நகர்ப்புறச் செல்வாக்கு இல்லாத வர்க்கமற்ற விவசாயச் சமூகத்தை உருவாக்குவதை அவர் நோக்கமாகக் கொண்டிருந்தார். அவரது தலைமையின் கீழ், கம்போடியா தீவிரச் சமூகப் பொறியியலுக்கு உட்பட்டது. போல்பாட்டின் ஆட்சி கொடூரக் கொள்கைகளைச் செயல்படுத்தியது. இது பெரும் துன்பத்தையும் மரணத்தையும் விளைவித்தது. அவரது ஆட்சியின் மிகவும் இழிவான அம்சங்களில் ஒன்று கட்டாயத் தொழிலாளர் முகாம்கள் ஆகும். அங்கு எண்ணற்ற கம்போடியர்கள் முதுகெலும்பு தேய உழைத்தனர். ஊட்டச்சத்துக் குறைபாடு மற்றும் துஷ்பிரயோகத்திற்கு உட்படுத்தப்பட்டனர். அதிகப்படியான வேலை அல்லது நோய் காரணமாகப் பலர் இறந்தனர்.

கம்போடிய இனப்படுகொலை போல்பாட் ஆட்சியின் பயங்கரமான அம்சமாகும். போல்பாட்டின் ஆட்சி அறிவுஜீவிகள், தொழில் வல்லுநர்கள் மற்றும் கம்யூனிஸ

சித்தாந்தத்திற்கு அச்சுறுத்தலாகக் கருதப்படும் எவரையும் குறிவைத்தது. இதில் ஆசிரியர்கள், மருத்துவர்கள், துறவிகள் போன்றோர் அடங்குவர். போல்பாட் 1998ல் இறந்தார். தனது கொடூரமான ஆட்சியின் இருண்ட ரகசியங்களைத் தன்னுடன் எடுத்துச் சென்றார். இருப்பினும், அவரது ஆட்சியின் வடுக்கள் கம்போடியாவை இன்றளவும் வாட்டி வதைத்துக் கொண்டிருக்கின்றன. இவரது ஆட்சிக் காலத்தில் கம்போடியாவின் மக்கள்தொகையில் கிட்டத்தட்ட கால் பங்கான சுமார் 1.7 மில்லியன் மக்கள் இறந்ததாக மதிப்பிடப்பட்டுள்ளது.

போல்பாட் கம்யூனிஸத்தின் இலட்சியவாத பார்வையுடன் தொடங்கி, மிருகத்தனத்தில் இறங்கிய ஒரு மனிதர். அவரது ஆட்சி கம்போடியாவில் அழியாத முத்திரையைப் பதித்து, தீவிரவாத சித்தாந்தத்தால் தூண்டப்படும்போது மனிதக் கொடுமை எந்த ஆழத்தில் மூழ்கும் என்பதை அப்பட்டமாக நினைவூட்டுகிறது. போல்பாட்டின் பெயர் மனித வரலாற்றின் இருண்ட அத்தியாயங்களில் ஒன்றாகும். இது துன்பம் மற்றும் மரணத்தின் பாரம்பரியமாகும். இது கட்டுப்பாடற்ற சர்வாதிகாரம் மற்றும் தீவிரவாதத்தின் ஆபத்துகளுக்கு எதிரான எச்சரிக்கையாகச் செயல்படுகிறது. போல்பாட் போன்ற ஒரு சர்வாதிகாரியின் ஆரம்பக்கால வாழ்க்கையைப் புரிந்துகொள்வது அவரது பாத்திரத்தை வடிவமைத்த, அவரது பிற்கால நடவடிக்கைகளில் செல்வாக்குச் செலுத்திய காரணிகளைப் பற்றிய மதிப்புமிக்க நுண்ணிய தகவல்களை வழங்க முடியும்.

2. இரக்கமற்ற சர்வாதிகாரியின் தொடக்கம்

போல்பாட்டின் பெற்றோர் நில உடைமையாளர்களாக இருந்தனர். இது அவரது சகாக்களுடன் ஒப்பிடும்போது அவருக்கு ஓரளவு சலுகை பெற்ற வளர்ப்பை வழங்கியது. அவரது குடும்பம் பாரம்பரிய கெமர் பாணி வீட்டில் வாழ்ந்தது, மேலும் அவர் பௌத்தச் சூழலில் வளர்ந்தார். போல்பாட்டின் கல்வி அவரை கம்போடியாவின் தலைநகரான புனோம் பென்னுக்கு அழைத்துச் சென்றது. அங்கு அவர் மதிப்புமிக்க லைசி சிசோவத் (Lycee Sisowath) பள்ளியில் சேர்ந்தார். கொண்டார். இந்த நேரத்தில், அவர் பிரெஞ்சு மொழியில் ஒலிக்கும் 'போல்பாட்' என்ற பெயரை ஏற்றுக்கொண்டார். போல்பாட் பல உடன்பிறப்புகளைக் கொண்டிருந்தார். இதில் சலோத் சே என்ற சகோதரர் மற்றும் சலோத் ரோயுங் என்ற சகோதரியும் அடங்குவர்.

அவரது ஆரம்பக் கல்வி அவரை பரந்த உலகத்திற்கு வெளிப்படுத்தி பிற்காலத்தில் சித்தாந்தத்தை வடிவமைக்கும் அறிவுசார் உணர்வை அவருக்குள் விதைத்தது. போல்பாட்டின் இளமைப் பருவம் கம்போடியாவில் பிரெஞ்சு காலனித்துவத்தின் சகாப்தத்துடன் ஒத்துப்போனது. இக்காலகட்டம் மார்க்சிய—லெனினிய சித்தாந்தம் உள்ளிட்ட வெளிநாட்டுச் செல்வாக்கு மற்றும் சிந்தனைகளில் அவரை ஈடுபடுத்தியது. இக்காலகட்டத்தில்தான் அவர் அரசியல் நம்பிக்கைகளை உருவாக்கத் தொடங்கினார். அவை பின்னாளில் அவரது தீவிரவாதத்தின் அடித்தளமாக அமைந்தன.

1940களின் பிற்பகுதியில் பிரான்சில் தனது கல்வியை முடித்த பின்னர், போல்பாட் கம்போடியாவுக்குத் திரும்பினார். இங்கு இடதுசாரி, பொதுவுடைமை வட்டங்களில் ஈடுபட்டார். பாரீஸில் அவர் இருந்த காலம் அவரைத் தீவிரப்படுத்தியது. விரைவிலேயே அவர் இந்தோசீன கம்யூனிஸ்ட் கட்சியின் உறுப்பினரானார். இது தீவிர அரசியல் செயல்பாட்டை நோக்கிய அவரது பயணத்தின் தொடக்கத்தைக் குறிக்கிறது. போல்பாட்டின் ஆரம்பக்கால வாழ்க்கை ஓர் இரக்கமற்ற ஆளுமையின் காட்சிகளைக் காட்டியது. அவர் தனது கவர்ச்சி மற்றும் வசீகரத்திற்காக அறியப்பட்டார். ஆனால், அரசியல் எதிரிகளைக் கையாளும்போது அவரது லட்சியம் மற்றும் இரக்கமற்ற தன்மைக்காகவும் அறியப்பட்டார்.

போல்பாட் தனது பதின்ம வயதில், கம்போடியாவின் தலைநகரான புனோம் பென் நகரில் உள்ள ஒரு புத்த மடாலயப் பள்ளியில் பயின்றார். இந்தக் கல்வி அவருக்கு கெமர் கலாசாரம் மற்றும் புத்த மதத்தில் அடித்தளத்தை வழங்கியது. பிரான்சுடனான கம்போடியாவின் காலனித்துவ உறவுகளால் இவர் பிரெஞ்சு மொழியில் சரளமாகப் பேசினார். போல்பாட்டின் இளமைப் பருவம் கம்போடியாவில் பிரெஞ்சு காலனித்துவ ஆட்சியின் சகாப்தத்துடன் ஒத்துப்போனது. இக்காலகட்டம் அவரை பிரெஞ்சு குடியரசுவாதம் மற்றும் மார்க்சியம் உள்ளிட்ட வெளிநாட்டுச் சிந்தனைகள் மற்றும் சித்தாந்தங்களுக்கு உட்படுத்தியது. இந்த நேரத்தில்தான் அவர் தனது அரசியல் நம்பிக்கைகளை வளர்த்துக் கொள்ளத் தொடங்கினார். தனது எதிர்கால தீவிரமயமாக்கலுக்கான அடித்தளத்தை அமைத்தார். அதிகாரம் மற்றும் தலைமைக்கான ஆசை பெரும்பாலும் தனிப்பட்ட லட்சியம், சூழ்நிலைகள் மற்றும் கருத்தியல் நம்பிக்கைகளின் சிக்கலான இடைவினையிலிருந்து உருவாகிறது.

தீவிர கம்யூனிஸ சித்தாந்தத்தின் மீது போல்பாட்டின் ஆழமான ஈடுபாடு ஒரு தலைவராகும் அவரது ஆசைக்கு உந்துசக்தியாக இருந்தது. இவர் பிரான்சில் இருந்த காலத்தில் மார்க்சிய—லெனினியச் சிந்தனையால் ஈர்க்கப்பட்டார். கம்யூனிஸக் கருத்துகளின் இந்த வெளிப்பாடு அவரது உலகப் பார்வையை வடிவமைத்து, கம்போடியாவில் ஒரு பொதுவுடைமைப் புரட்சியைக் கொண்டுவருவதற்கான அவரது விருப்பத்தைத் தூண்டி, அவர் மீது அழியாத முத்திரையைப் பதித்தது.

போல்பாட் ஒரு முழுமையான சமூக மாற்றத்தின் தேவையைத் தீவிரமாக நம்பினார். அவர் கம்போடியாவில் நகரமயமாக்கல், நவீனமயமாக்கல் மற்றும் முதலாளித்துவத் தாக்கங்களை நிராகரித்து ஒரு வர்க்கமற்ற விவசாயச் சமூகத்தை உருவாக்க முயன்றார். அவரது தொலைநோக்குப் பார்வை தீவிர மாற்றத்தை நோக்கியதாக இருந்தது. இந்த மாற்றத்திற்கான ஊக்கியாக அவர் தன்னைக் கண்டார். கம்போடியாவில் தற்போதுள்ள ஆட்சிகளுக்கு எதிரான அவரது எதிர்ப்பால் போல்பாட்டின் தலைமைத்துவ ஆசை தூண்டப்பட்டது. மன்னராட்சியையும், பிரெஞ்சு காலனித்துவ நிர்வாகத்தையும், பின்னர் அமெரிக்க ஆதரவு பெற்ற லோன் நோலின் அரசாங்கத்தையும் ஊழல் நிறைந்ததாகவும் அடக்குமுறையாகவும் அவர் பார்த்தார். இந்த ஒடுக்கு முறையாளர்களிடமிருந்து கம்போடியாவை விடுவிக்கும் ஒரு புரட்சித் தலைவராக அவர் தன்னைப் பார்த்தார்.

போல்பாட் கவர்ச்சி மற்றும் தன்னைச் சுற்றியுள்ளவர்களைக் கையாளும் திறனைக் கொண்டிருந்தார். அவரது வசீகரமும், ஈர்க்கும் திறனும் பொதுவுடைமை இயக்கத்தின் அணிகளில் உயர்ந்து தனது தோழர்களின் நம்பிக்கையைப் பெற உதவியது. அவரது தலைமைப் பண்புகள் ஆரம்பக் கட்டத்திலிருந்தே தெளிவாகத் தெரிந்தன. அவர் தனது சொந்த நிகழ்ச்சி நிரலை முன்னெடுத்துச் செல்ல இந்தப் பண்புகளைப் பயன்படுத்தினார். போல்பாட் தனக்குக் கிடைத்த வாய்ப்புகளைப் பயன்படுத்திக் கொள்வதில் சாமர்த்தியமாக இருந்தார். கம்யூனிஸ கொரில்லாக் குழுவான கெமர் ரூஜ் உருவாக்கப்பட்டபோது, அவர் விரைவாக அதன் அணிகளுக்குள் முக்கியத்துவம் பெற்றார். தனது புரட்சிகர இலக்குகளை அடைவதற்கான அமைப்பின் திறனைக் கண்ட அவர் அதன் தலைமைத்துவத்தில் ஒரு முக்கிய நபரானார்.

கெமர் ரூஜிற்குள் உணரப்பட்ட போட்டியாளர்களை அகற்றுவது தலைமையைப் பெறுவதற்கும் பராமரிப்பதற்கும் அவரது இரக்கமற்ற தன்மையையும் உறுதியையும் வெளிப்படுத்தியது. அவர் கருத்து வேறுபாடுகளை அகற்றி, அமைப்புக்குள் தனது அதிகாரத்தைப் பலப்படுத்தினார். போல்பாட் கம்போடியாவின் மீது முழு கட்டுப்பாட்டைச் செலுத்தும் ஒரு தலைவராக மாற விரும்பினார். அவரது சர்வாதிகாரப் போக்குகளும், அவரது லட்சியத்தின் நீதியில் சமரசமற்ற நம்பிக்கையும் அவரை முழுமையான அதிகாரத்தைத் தேடத் தூண்டின. தான் கற்பனை செய்த

தீவிர மாற்றத்தை நோக்கி கம்போடியாவைத் தன்னால் மட்டுமே வழிநடத்த முடியும் என்று அவர் நம்பினார்.

ஒரு தலைவராகும் போல்பாட்டின் விருப்பம் கருத்தியல் நம்பிக்கைகள், தற்போதுள்ள ஆட்சிகளுக்கு எதிர்ப்பு, தனிப்பட்ட கவர்ச்சி மற்றும் இரக்கமற்ற தந்திரங்களைப் பயன்படுத்துவதற்கான விருப்பம் ஆகியவற்றின் கலவையால் உந்தப்பட்டது. தீவிர கம்யூனிஸத்தின் மீதான அவரது நம்பிக்கை மற்றும் கம்போடியாவில் வர்க்கமற்ற விவசாயச் சமூகத்தை உருவாக்கும் அவரது பார்வை ஆகியவற்றில் அவரது அதிகார வேட்கை வேரூன்றியிருந்தது.

கெமர் ரூஜின் அவரது தலைமையும் அதைத் தொடர்ந்து கம்போடியா மீதான ஆட்சியும் நாட்டின் வரலாற்றில் இருண்ட காலகட்டங்களில் ஒன்றாகும், இது கட்டாய உழைப்பு மற்றும் பரவலான துன்பங்களால் வகைப்படுத்தப்பட்டது. போல்பாட் தலைமைப் பொறுப்பை ஏற்றது தீவிரவாத சித்தாந்தத்தின் அழிவுத் திறனுக்கும் முழுமையான அதிகாரத்தைத் தேடுவதற்கும் ஓர் அதிர்ச்சியூட்டும் எடுத்துக்காட்டாகச் செயல்படுகிறது.

போல்பாட் கம்போடியாவில் 1941ல் அடிப்படை கல்வியைப் பயின்ற சமயம் கம்போடிய மன்னர் மோனிவோங் (Sisowath Monivong) மரணமடைந்தால் அவருக்குப் பின் நோரோடோம் சிஹானூக்கை (Norodom Sihanouk) மன்னராக பிரெஞ்சு அரசாங்கம் நியமித்தது. இரண்டாம் உலகப் போரின்போது, ஜெர்மனி பிரான்ஸ் மீது படையெடுத்தது. 1941ல் ஜப்பானியர்கள் கம்போடியாவிலிருந்து பிரெஞ்சுக்காரர்களை வெளியேற்றினர். சிஹானூக் தனது நாட்டை சுதந்திர நாடாக அறிவித்தார். ஆனால் பின்னர் போர் முடிவடைந்த பிறகு, 1946ம் ஆண்டு பிரான்ஸ் மீண்டும் கம்போடியாவின் மீது கட்டுப்பாட்டை உறுதிப்படுத்திய அதே சமயம் அங்குப் புதிய அரசியலமைப்பை உருவாக்கவும் பல்வேறு அரசியல் கட்சிகளை நிறுவவும் அனுமதித்தது. 1946 பொதுத் தேர்தலில் வெற்றி பெற்ற ஜனநாயகக் கட்சி வெற்றி பெற்றது. அச்சமயம் போல்பாட் ஜனநாயகக் கட்சியின் உறுப்பினராக இல்லையென்றாலும் கட்சிக்காகப் பணியாற்றினர். சிஹானூக் கட்சியின் இடது சார்பு சீர்திருத்தங்களை எதிர்த்து 1948ல் தேசியச் சட்டமன்றத்தைக் கலைத்தார்.

இதற்கிடையில் தனது மேற்படிப்புக்காக பாரீஸ் சென்ற போல்பாட் பட்டப்படிப்பைப் பாதியிலேயே நிறுத்திவிட்டு

1953ல் சைகோனுக்கு வந்தார், அதே நாளில் சிஹானூக் ஜனநாயகக் கட்டுப்பாட்டில் இருந்த தேசியச் சட்டமன்றத்தைக் கலைத்து ஆட்சியைத் தொடங்கினார், மேலும் ஜனநாயகக் கட்சி உறுப்பினர்களை விசாரணையின்றிச் சிறையில் அடைத்தார். படுகொலைகள் மற்றும் பிற அட்டூழியங்கள் அனைத்துத் தரப்பாலும் மேற்கொள்ளப்பட்டன. ஒரு பிரிவின் தலைவரான இளவரசர் நோரோடோம் சந்தராயிங்சேயின் (Norodom Chantaraingsey) தலைமையகத்தில் போல்பாட் சில மாதங்கள் தங்கினார். பின்னர் புனோம் பென் நகருக்குச் செல்வதற்கு முன், அங்கு அவர் சக சர்க்கிள் உறுப்பினர் பிங் சேயைச் சந்தித்து நிலைமையைப் பற்றி விவாதித்தார். வியட்நாமிய மற்றும் கம்போடிய கொரில்லா துணைக்குழுவான கெமர் வியட் மின் (Khmer Viet Minh) மிகவும் நம்பிக்கைக்குரிய எதிர்ப்புக் குழுவாக போல்பாட் கருதியதால் அந்த அமைப்பில் இணைந்து அப்போதைய அரசாங்கத்திற்கு எதிரான போராட்டத்தில் தன்னை ஈடுபடுத்திக் கொண்டார். கெமர் வியட் மின் 1954ம் ஆண்டு வடக்கு வியட்நாமில் பின்வாங்கியதைத் தொடர்ந்து, கம்போடியாவில், ஆசிரியராகப் பணிபுரிந்த போல்பாட் கம்போடியத் தலைநகரான புனோம் பென்க்குத் (Phnom Penh) திரும்பினார்.

நோரோடோம் சிஹானூக்

சிஹானூக் பிரெஞ்சு ஆட்சியிலிருந்து சுதந்திரம் பெற விரும்பி அதன் அரசுக்குக் கோரிக்கை எழுப்பினார். ஆனால் பிரான்ஸ்

அரசாங்கம் அவரது கோரிக்கைகளை மறுத்ததால் ஜூன் 1953ல் பிரெஞ்சு நிர்வாகத்திற்கு எதிரான பொது எதிர்ப்பிற்கு அழைப்பு விடுத்தார். கெமெர் துருப்புக்கள் அதிக எண்ணிக்கையில் பிரெஞ்சு ராணுவத்தை விட்டு வெளியேறினர். இதனிடையில் நவம்பர் மாதம், சிஹானூக் கம்போடியாவின் சுதந்திரத்தை அறிவித்தார். கிளர்ச்சியாளர்களுக்கு எதிரான சிஹானூக்கின் போரை பிரான்ஸ் ஆதரிப்பதன் மூலம் உள்நாட்டு மோதல் தீவிரமடைந்தது. முதல் இந்தோசீனா போரை முடிவுக்குக் கொண்டுவருவதற்காக நடைபெற்ற ஜெனீவா மாநாட்டைத் தொடர்ந்து, கம்போடியப் பிரதேசத்திலிருந்து கெமர் வியட் மின் படைகளைத் திரும்பப் பெறுவதாக வட வியட்நாமியிடமிருந்து சிஹானூக் ஒப்பந்தம் செய்தார். அதே சமயம் போல்பாட்டும் மற்ற கம்போடிய புரட்சியாளர்களும் தேர்தல் வழிகளில் தங்கள் நோக்கங்களைத் தொடர முடிவு செய்தனர்.

1953ல் பிரான்சிடமிருந்து சுதந்திரம் பெற்ற பின் கம்போடியா, இளவரசர் நோரோடோம் சிஹானூக்கால் வழிநடத்தப்பட்டது, 1955 நாடாளுமன்றத் தேர்தலுக்குப் பின் அவர் முழுமையான அரசியல் அதிகாரத்தைப் பெற்றார். 1960ல் மன்னர் நோரோடோம் சுரமரிட்டின் (Norodom Suramarit) மரணத்தைத் தொடர்ந்து, சிஹானூக் அரசியலமைப்பு சட்டத்தை திருத்தி தனது அதிகாரத்தை நிலைப்படுத்திக்கொண்டார். அரசியல் சூழ்ச்சி, மிரட்டல் ஆகியவற்றின் மூலம் அவர் உள்நாட்டு அதிகாரத்தைத் தக்க வைத்துக் கொண்டார். கெமர்—தேசியவாத வலதுசாரிகளைச் சமாதானப்படுத்தும் அதே வேளையில், கம்போடிய கம்யூனிஸ்ட் இயக்கத்தை ஓரங்கட்டுவதற்கு சோசலிசத்தின் பெரும்பகுதியை அவர் கையகப்படுத்தினார், அவரை அவர் கெமர்ஸ் ரூஜ்கள் என்று அழைத்தார்.

3. கெமர் ரூஜ் (Khmer Rouge)

கெமர் ரூஜ் என்பது கம்பூசியா கம்யூனிஸ்ட் கட்சியின் (Communist Party of Kampuchea - CPK) உறுப்பினர்களுக்கு வழங்கப்பட்ட பெயராகும். இதே பெயர்தான் 1975 முதல் 1979 வரை கம்போடியாவை ஆட்சி செய்த ஆட்சிக்கும் நீட்டிக்கப்பட்டது. கெமர் ரூஜ் ராணுவம் 1960ல் அப்போதைய மாநிலத் தலைவரால் கிழக்கு கம்போடியாவின் காடுகளில் கட்டமைக்கப்பட்டது, வட வியட்நாமிய ராணுவம், சீன கம்யூனிஸ்ட் கட்சி (CCP) ஆதரவுடன். அது முதலில் சிஹானூக்கிற்கு எதிராகப் போரிட்டது. பின்னர் அமெரிக்கச் சார்பு கெமர் குடியரசை நிறுவிய லோன் நோலால் (Lon Nol) தூக்கியெறியப்பட்ட பிறகு, CCPன் ஆலோசனையைப் பின்பற்றி சிஹானூக்கை ஆதரித்தது. அவர்களுக்கு எதிராக ஒரு பெரிய அமெரிக்க குண்டுவீச்சு பிரசாரம் (ஆபரேஷன் ஃப்ரீடம் டீல்) இருந்தபோதிலும், கம்போடிய உள்நாட்டுப் போரில் கெமர் ரூஜ் வென்றது, அவர்கள் கம்போடியத் தலைநகரைக் கைப்பற்றி 1975ல் கெமர் குடியரசை வீழ்த்தினர். அவர்களின் வெற்றியைத் தொடர்ந்து, போல்பாட் தலைமையிலான கெமர் ரூஜ், Nuon Chea, Ieng Sary, Son Sen, மற்றும் Khieu Sampan, ஆகியோர் உடனடியாக நாட்டின் முக்கிய நகரங்களை வலுக்கட்டாயமாக வெளியேற்றத் தொடங்கினர். 1976ம் ஆண்டில், அவர்கள் நாட்டை ஜனநாயகக் கம்பூச்சியா என்று மறுபெயரிட்டனர்.

இரண்டாவது இந்தோசீனா போர் தீவிரமடைந்த சமயம், சிஹானூக் இடதுசாரிகள் மற்றும் வலதுசாரிகளைச் சமநிலைப்படுத்தும் செயல்களில் தோல்வியடைந்தார்.

லோன் நோல்

அவரது ஆட்சி கடும் பொருளாதார நெருக்கடியில் தத்தளித்தது. 1966ம் ஆண்டு நடந்த கம்போடியத் தேர்தல்களில், சிஹானூக்கின் நீண்டகால கூட்டாளியாக இருந்த வலதுசாரி லோன் நோல் (Lon Nol) பிரதமரானார். விரைவிலேயே லோன் நோலும் வலதுசாரிகளும் சிஹானூக்கின் ஆட்சி மீது அதிருப்தி அடைந்ததால் ராணுவ புரட்சி மூலம் ஆட்சியைக் கைப்பற்றினர். லோன் நோலின் அரசு ராணுவ ரீதியாகவும் அரசியல் ரீதியாகவும் கம்போடியாவில் பேரழிவை ஏற்படுத்தியது. மேலும் லோன் நோல் பக்கவாதத்தால் பாதிக்கப்பட்டார். அவரது ஆட்சி ஒழுங்கற்றதாகவும் சர்வாதிகாரத்தையும் கொண்டிருந்தது. பதவி நீக்கம் செய்யபட்ட சிஹானூக் பெய்ஜிங்கிற்குச் சென்றார். அங்குச் சீன மற்றும் வட வியட்நாம் கம்யூனிஸ்ட் கட்சிகள் லோன் நோலின் வலதுசாரி அரசாங்கத்தைத் தூக்கி எறிய கெமர் ரூஜ் உடன் கூட்டணி அமைக்குமாறு அவரை வலியுறுத்தின. சிஹானூக் ஒப்புக்கொண்டார். சிஹானூக் பெய்ஜிங்கில் தனது சொந்த அரசாங்கத்தை உருவாக்கி லோன் நோலின் எதிரிகளை அணிதிரட்டுவதற்காக கம்பூச்சியாவின் தேசிய ஐக்கிய முன்னணியைத் தொடங்கினார்.

போல்பாட் வியட்நாமியர்கள் கெமர் ரூஜூக்கு ஆயுதங்களை வழங்க வேண்டும் என்று விரும்பினாலும், அவர் துருப்புக்களை விரும்பவில்லை: கம்போடியர்கள் லோன் நோலைத் தாங்களே வெளியேற்ற வேண்டும் வலியுறுத்தினார். வட வியட்நாமியப் படைகள், லோன் நோலின் படைகளைத் தாக்க கம்போடியா

மீது படையெடுத்தன. தென் வியட்நாம் மற்றும் அமெரிக்காவும் தனது அரசாங்கத்தை வலுப்படுத்த அந்நாட்டிற்குப் படைகளை அனுப்பியது. இது கம்போடியாவை வியட்நாம் முழுவதும் ஏற்கெனவே நடந்த இரண்டாம் இந்தோசீனா போருக்குள் இழுத்தது. இரண்டாம் உலகப் போரின்போது ஜப்பான் மீது அமெரிக்கா வீசிய குண்டுகளை விட மூன்று மடங்கு அதிகமான குண்டுகளை கம்போடியா மீது மோதலின்போது வீசியது. வியட் காங் மற்றும் கெமர் ரூஜ் முகாம்களைக் குறிவைத்தாலும், குண்டுவீச்சு பெருமளவில் பொதுமக்களைப் பாதித்தது.

1959ம் ஆண்டில், போல்பாட் கம்பூச்சியன் தொழிலாளர் இயக்கத்தை முறைப்படுத்தினார், பின்னர் அது கம்பூசியா கம்யூனிஸ்ட் கட்சி (CPK) என மறுபெயரிடப்பட்டது. அரசின் அடக்குமுறையைத் தொடர்ந்து போல்பாட் 1962ல் அவர் தலைமறைவாகச் செயல்படும் முகாமுக்கு இடம்பெயர்ந்தார். 1963ல் கம்பூசியா கம்யூனிஸ்ட் கட்சியின் தலைவராக உயர்ந்த போல்பாட் 1968ல், சிஹானூக்கின் அரசாங்கத்திற்கு எதிரான போரை மீண்டும் தொடங்கினார். 1970 ஆட்சிக் கவிழ்ப்பில் சிஹானூக்கை வெளியேற்றிய பிறகு, போல்பாட்டின் படைகள் அமெரிக்க ராணுவத்தால் வலுப்படுத்தப்பட்ட புதிய அரசாங்கத்திற்கு எதிராகப் பதவி நீக்கம் செய்யப்பட்ட தலைவரின் பக்கம் நின்றது.

1972ம் ஆண்டின் முற்பகுதியில், கம்போடியா முழுவதும் மார்க்சிஸ்ட் கட்டுப்பாட்டில் உள்ள பகுதிகளில் தனது முதல் சுற்றுப்பயணத்தை போல்பாட் தொடங்கினார். ‘விடுதலை மண்டலங்கள்’ என்று அழைக்கப்பட்ட இந்தப் பகுதிகளில் ஊழல், சூதாட்டம் போன்றவை தடைசெய்யப்பட்டது, மது மற்றும் திருமணத்திற்குப் புறம்பான விவகாரங்கள் ஊக்கப்படுத்தப்பட்டன. கெமர் ரூஜ் மக்களுடன் நல்லுறவை வளர்த்துக் கொள்ளவும், உள்ளாட்சித் தேர்தல்கள் மற்றும் சட்டசபைகளை ஏற்பாடு செய்யவும் முயன்றது. இயக்கத்திற்கு விரோதமாகக் கருதப்பட்டவர்கள் தூக்கிலிடப்பட்டனர். பெரும் விவசாயிகளின் நிலங்கள் மறு பங்கீடு செய்யப்பட்டு அனைத்து குடும்பங்களுக்கும் சம அளவு நிலம் பகிர்ந்தளிக்கப்பட்டது. கம்போடியச் சமுதாயத்தின் ஏழ்மையான நிலையில் உள்ள குடும்பங்கள் இந்தச் சீர்திருத்தங்களால் பயனடைந்தன.

1972ம் ஆண்டு கெமர் ரூஜ் கம்போடியாவில் ஏழை விவசாயிகளின் வாழ்க்கைத் தரத்தை மறுவடிவமைக்க

முயற்சித்தது. அவர்களது கட்டுப்பாட்டில் வசிப்பவர்கள் அனைவருக்கும் கருப்பு உடைகள், சிவப்பு—வெள்ளை சால்வை, டயர்களால் செய்யப்பட்ட செருப்பு ஆகியவற்றுடன் உடை அணியுமாறு கட்டளையிடத் தொடங்கியது. இந்தக் கட்டுப்பாடுகள் ஆரம்பத்தில் சாம் இனக்குழு ஆரம்பிக்கப்பட்டு மற்ற சமூகங்கள் முழுவதும் பரவியது. போல்பாட்டும் இதே பாணியில் ஆடை அணிந்தார். ஒரு தலைவர் உடை அணியும் விதம் பெரும்பாலும் அவர்களின் அதிகாரம் மற்றும் சித்தாந்தத்தின் அடையாளமாக இருக்கலாம். கம்போடியாவின் சர்வாதிகாரி போல்பாட் விஷயத்தில், அவரது ஆடை பழக்கவழக்கங்கள் கெமர் ரூஜ் ஆட்சியின் தலைவர் என்ற அவரது பாத்திரத்துடன் நெருக்கமாகப் பிணைக்கப்பட்டிருந்தன. போல்பாட், பல சர்வாதிகாரத் தலைவர்களைப் போலவே, தனது நிலைப்பாட்டையும் சித்தாந்தத்தையும் பிரதிநிதித்துவப்படுத்தும் ஒரு தனித்துவமான சீருடையைப் பின்பற்றினார்.

கெமர் ரூஜின் தலைவர் என்ற முறையில், அவர் பொதுவாகப் புரட்சிகர இயக்கத்தின் நிலையான உடையை அணிந்திருந்தார். இந்தச் சீருடையில் எளிமையான, பயனுள்ள ஆடைகள் இருந்தன. இது கெமர் ரூஜின் துறவற மற்றும் தூய்மைக் கொள்கைகளைப் பிரதிபலித்தது. போல்பாட், மற்ற உயர்மட்ட கெமர் ரூஜ் அதிகாரிகளுடன் சேர்ந்து, பெரும்பாலும் கருப்பு ஆடைகளை அணிந்திருந்தார். இந்த வண்ணத் தேர்வு தீவிரத்தன்மை மற்றும் சிக்கன உணர்வை வெளிப்படுத்துவதாக இருந்தது. இது இயக்கத்தின் ஆடம்பரத்தை நிராகரிப்பதோடு இணைந்தது.

சீன கம்யூனிஸ்ட் தலைவர் மா சே துங்கால் பிரபலப்படுத்தப்பட்ட மாவோ சூட் என்ற பாணியை போல்பாட் அவ்வப்போது அணிந்திருந்தார். இந்த உடைத் தேர்வு கெமர் ரூஜ் மற்றும் பிராந்தியத்தில் உள்ள பிற கம்யூனிஸ இயக்கங்களுக்கு இடையிலான கருத்தியல் தொடர்பை அடிக்கோடிட்டுக் காட்ட உதவியது. அவரது ஆடைத் தேர்வுகள் பல ஆண்டுகளாகக் கொரில்லாப் போர் மற்றும் அடுத்தடுத்த ஆட்சியின்போது அவரும் அவரது தோழர்களும் எதிர்கொண்ட கடுமையான நிலைமைகளுக்கு ஏற்ப வடிவமைக்கப்பட்டன. ஆடைக்கான இந்தப் பயனுள்ள அணுகுமுறை, தன்னிறைவு மற்றும் நகரமயமாக்கலை நிராகரிப்பதற்கான ஆட்சியின் வலியுறுத்தலை பிரதிபலித்தது.

போல்பாட்டின் சீருடையும், மற்ற கெமர் ரூஜ் அதிகாரிகள் அணிந்திருந்த சீருடைகளும் இரட்டை நோக்கத்தை நிறைவேற்றின. முதலாவதாக, இது ஆட்சிக்குள் ஒற்றுமை மற்றும் ஒழுக்க உணர்வை வெளிப்படுத்தியது. ஒரு தரப்படுத்தப்பட்ட ஆடைக் குறியீட்டைப் பின்பற்றுவதன் மூலம், கெமர் ரூஜ் தனிநபர்களுக்கு இடையிலான வேறுபாடுகளை அகற்றுவதையும், தனிநபரை விடக் கூட்டுக்கு முக்கியத்துவம் கொடுப்பதையும் நோக்கமாகக் கொண்டது. போல்பாட்டின் சீருடை கெமர் ரூஜிற்குள் அவரது அதிகாரத்தையும் தலைமையையும் அடையாளப்படுத்தியது. ஆட்சியின் உயர்மட்டத் தலைவர் என்ற முறையில், அவரது உடை அவரது நிலை மற்றும் அதிகாரத்தின் காட்சி அடையாளமாக இருந்தது. கம்போடிய மக்களுக்கு யார் பொறுப்பில் இருந்தார்கள் என்பதை இது அப்பட்டமாக நினைவூட்டியது.

போல்பாட்டின் சீருடை உட்பட கெமர் ரூஜின் ஆடை பழக்கம் கம்போடியக் கலாசாரத்தில் ஆழமான தாக்கத்தை ஏற்படுத்தியது. அவரது ஆட்சிக் காலத்தில் பாரம்பரிய உடைகள் மற்றும் கலாசார நடைமுறைகள் ஒடுக்கப்பட்டன. ஏனெனில், ஆட்சி ஒரு தீவிரமான, விவசாயச் சமூகத்தைத் தேடுவதில் கடந்த காலத்தின் சுவடுகளை அகற்ற முயன்றது. போல்பாட்டின் ஆடைப் பழக்கவழக்கங்கள் தனிப்பட்ட பாணி அல்லது விருப்பத்தின் விஷயமாக இருக்கவில்லை. ஆனால், கெமர் ரூஜின் தலைவராக அவரது பாத்திரம் மற்றும் அதன் புரட்சிகரச் சித்தாந்தத்திற்கான அவரது அர்ப்பணிப்பு ஆகியவற்றுடன் ஆழமாகப் பின்னிப் பிணைந்திருந்தன.

4. போல்பாட்டின் உலகப் பார்வை

போல்பாட் குறிப்பிட்ட தேவைகளையும் விருப்பங்களையும் கொண்டிருந்தார். அவை ஒரு தீவிர கம்யூனிஸச் சமூகத்தை உருவாக்குவதற்கான அவரது பார்வையுடன் நெருக்கமாகப் பிணைக்கப்பட்டிருந்தன. நகரமயமாக்கல் மற்றும் முதலாளித்துவ தாக்கங்கள் இல்லாத வர்க்கமற்ற விவசாயச் சமூகத்தை உருவாக்குவதற்கான ஒரு முழுமையான சமூகப் புரட்சியின் தேவையை அவர் தீவிரமாக நம்பினார். இதற்குத் தற்போதுள்ள ஆட்சியைத் தூக்கியெறிவது மட்டுமல்லாமல் கம்போடியச் சமூகத்தின் இடையே முழுமையான மாற்றமும் தேவைப்பட்டது.

அதற்கு மன்னராட்சி, பிரெஞ்சு காலனித்துவ நிர்வாகம், அமெரிக்க ஆதரவு லோன் நோல் அரசாங்கம், அடக்குமுறை ஆட்சிகள் என்று அவர் கருதியவற்றை அகற்ற வேண்டியிருந்தது. அவர் இந்த அமைப்புகளை ஊழல் மற்றும் சுரண்டல் என்று கருதினார். அவற்றை உலக அரங்கிலிருந்து அகற்றுவது அவரது புரட்சிகர இலக்குகளை அடைவதில் ஒரு முக்கியமான படியாகும். போல்பாட்டின் சித்தாந்தம் அவரை உந்தித் தள்ளினாலும், அவர் தனது சொந்த உயிர்வாழ்வையும் அவரது புரட்சிகர இயக்கத்தின் உயிர்வாழ்வையும் உறுதி செய்ய வேண்டியிருந்தது. தற்காப்புக்கான இந்தத் தேவை இரக்கமற்ற தந்திரங்களுக்கு வழிவகுத்தது, இதில் கெமர் ரூஜிற்குள் உருவான போட்டியாளர்களை அகற்றுதல் ரகசியமான அடக்குமுறை ஆட்சியை நிறுவுதல் ஆகியவை அடங்கும்.

போல்பாட் கல்வி முதல் வேலைவாய்ப்பு வரை வாழ்க்கையின் ஒவ்வொரு அம்சமும் அரசால் கட்டுப்படுத்தப்படும் ஒரு சர்வாதிகார ஆட்சியை நிறுவ முயன்றார். முழுமையான மேலாதிக்கத்தின் மூலமே தனது கருத்தியல் இலக்குகளை அடைய முடியும் என்ற அவரது நம்பிக்கையால் இந்த முழுமையான கட்டுப்பாட்டின் தேவை உந்தப்பட்டது. கம்போடியச் சமூகத்தை நகர்ப்புற, நவீனமயமாக்கப்பட்ட உலகத்திலிருந்து நிராகரித்து, ஒரு விவசாய, தொழில்துறைக்கு முந்தைய நிலைக்குத் திரும்ப விரும்பினார். இந்த மாற்றம் மில்லியன் கணக்கான கம்போடிய மக்களைக் கிராமப்புறங்களுக்குக் கட்டாயமாக இடமாற்றம் செய்ய வேண்டிய அவசியத்தை ஏற்படுத்தியது. அங்கு அவர்கள் விவசாய வேலைகளில் ஈடுபடுத்தப்பட்டார்கள்.

சமூகப் படிநிலைகளும் பொருளாதார ஏற்றத்தாழ்வுகளும் அகற்றப்பட்ட வர்க்கமற்ற சமுதாயம் பற்றிய தனது கற்பனாவாதப் பார்வையை போல்பாட் வெளிப்படுத்த வேண்டியிருந்தது. இந்தப் பார்வை அவரது செயல்களுக்குப் பின்னால் ஓர் உந்து சக்தியாக இருந்தது. அத்தகைய சமூகத்தை உருவாக்குவது அவசியமானது மட்டுமல்ல, தார்மீக ரீதியாகவும் இன்றியமையாதது என்று அவர் நம்பினார். வெளிநாட்டுத் தலையீடு மற்றும் செல்வாக்கைத் தனது பார்வைக்கு அச்சுறுத்தலாகக் கருதிய போல்பாட் வெளிப்புறச் செல்வாக்கை நிராகரித்து கம்போடியாவின் இறையாண்மையைப் பராமரிக்க வேண்டியிருந்தது. இந்த வெளிநாட்டு எதிர்ப்பு உணர்வு வியட்நாம் போன்ற அண்டை நாடுகளுக்கு எதிரான பகைமைக்குப் பங்களித்தது. மேலும் இது ஆசிரியர்கள், மருத்துவர்கள், துறவிகள், ஆட்சியின் கட்டுப்பாட்டிற்குச் சவால் விடக்கூடிய அறிவு அல்லது திறன்களைக் கொண்டதாகக் கருதப்படும் எவரையும் குறிவைக்க வழிவகுத்தது.

அடக்குமுறை ஆட்சிகளைத் தூக்கியெறிவது, சுய பாதுகாப்பு, முழுமையான கட்டுப்பாடு, கம்போடியச் சமூகத்தின் மாற்றம் மற்றும் அவரது கற்பனாவாத பார்வையை நிறைவேற்றுவது ஆகியவை அவரது தேவைகளில் அடங்கும். இந்தத் தேவைகள், அவரது கருத்தியல் ஆர்வத்தால் உந்தப்பட்டு, கம்போடியாவின் வரலாற்றின் இருண்ட காலகட்டங்களில் ஒன்றான கம்போடிய இனப்படுகொலைக்கு வழிவகுத்தன.

மே 1973ல், கெமர் ரூஜ் கட்டுப்பாட்டில் கிராமங்களை ஒருங்கிணைக்க போல்பாட் உத்தரவிட்டார். கெமர் ரூஜ்

உணவு விநியோகத்தில் அதிகக் கட்டுப்பாட்டை அனுமதித்தது. அடுத்த ஆறு மாதங்களில், சுமார் 60,000 கம்போடியர்கள் கெமர் ரூஜ் கட்டுப்பாட்டின் கீழ் இருந்த பகுதிகளிலிருந்து வெளியேறினர்.

1973ல், கெமர் ரூஜ் புனோம் பென் மீது தாக்குதலைத் தொடங்கியது, ஆனால் சில நாட்களிலேயே கடுமையான இழப்புகளுடன் பின்வாங்கியது. அதே ஆண்டின் பிற்பகுதியில், பீரங்கிகளால் நகரத்தின் மீது குண்டுகளை வீசத் தொடங்கியது. போல்பாட் கம்போடியாவை ஒரு சோசலிச சமுதாயமாக மாற்றுவதற்கான அதன் அர்ப்பணிப்பைப் பற்றி கெமர் ரூஜ் வெளிப்படையாகப் பேசத் தொடங்க வேண்டும் எனவும் சிஹானூக்கின் செல்வாக்கை எதிர்க்க ஒரு ரகசியப் பிரசாரத்தைத் தொடங்க வேண்டும் என்று முடிவு செய்தார். செப்டம்பர் 1974ல், பிரேக் கோக் கம்யூனில் உள்ள மீக்கில் மத்தியக் குழுக் கூட்டம் நடைபெற்றது. கம்போடியாவின் நகரங்களில் வசித்த மக்களை கிராமப்புறங்களுக்கு வெளியேற்றுவதற்கு கெமர் ரூஜ் ஒப்புக்கொண்டது. நகர்ப்புறக் கலாசாரத்துடன் தொடர்புடைய முதலாளித்துவத்தை அகற்ற இது அவசியம் என்று அவர்கள் நினைத்தார்கள்.

1974ல், லோன் நோலின் அரசாங்கம் உள்நாட்டிலும் சர்வதேச அளவிலும் பெரும் ஆதரவை இழந்தது. கெமர் ரூஜ் வீரர்கள் 700 முதல் 800 மூத்த அரசு, ராணுவம் மற்றும் போலீஸ் அதிகாரிகளைத் தூக்கிலிட்டனர் மூத்த பிரமுகர்கள் தப்பினர்; லோன் நோல் அமெரிக்காவிற்கு நாடு கடத்தப்பட்டு பன்னிரண்டு நாட்களுக்குப் பிறகு புறப்பட்ட அமெரிக்க கடற்படைக் கப்பலில் தப்பிச் சென்றார். கெமர் ரூஜ் நகரத்தைக் கைப்பற்றிய சிறிது நேரத்திலேயே, குடிமக்கள் வரவிருக்கும் அமெரிக்கக் குண்டுவீச்சு தாக்குதலிலிருந்து தப்பிக்க வெளியேற வேண்டும் என்றும் மூன்று நாட்களுக்குப் பிறகு மக்கள் திரும்ப அனுமதிக்கப்படுவார்கள் என்றும் கூறி 2.5 மில்லியனுக்கும் அதிகமான மக்களை மிகக் குறைந்த பொருட்களுடன் நகரத்திலிருந்து வெளியேற்றியது. இவர்களில் 15,000 முதல் 20,000 பேர் நகரின் மருத்துவமனைகளில் இருந்து அகற்றப்பட்டனர். மேலும் இந்த வெளியேற்றம் கடுமையான கோடையில் நடந்ததால் வெப்பம் தாங்காமல் வழியில் 20,000 பேர் இறந்ததாக மதிப்பிடப்பட்டுள்ளது. கெமர் ரூஜைப் பொறுத்தவரை, புனோம் பென்னை காலி செய்வது கம்போடியாவில் முதலாளித்துவத்தை மட்டுமல்ல, சிஹானூக்கின் அதிகாரத் தளத்தையும், அமெரிக்க மத்தியப்

புலனாய்வு அமைப்பின் (CIA) உளவு வலையமைப்பையும் தகர்ப்பதாகக் கருதப்பட்டது. இந்த தகர்ப்பு நாட்டின் மீது கெமர் ரூஜ் மேலாதிக்கத்தை எளிதாக்கி நகர்ப்புற மக்களை விவசாய உற்பத்தியை நோக்கிச் செலுத்த உதவியது.

20 ஏப்ரல் 1975ல், புனோம் பென் வீழ்ந்த மூன்று நாட்களுக்குப் பிறகு, அங்கு வந்த போல்பாட் கெமர் ரூஜ் தலைவர்களுடன் சேர்ந்து மே மாதத் தொடக்கத்தில், முன்னாள் நிதி அமைச்சக கட்டிடத்தை தங்களது தலைமையகமாக மாற்றினர். கட்சித் தலைமை கூட்டத்தில் அவர்கள் விவசாய உற்பத்தியை உயர்த்துவதே அரசாங்கத்தின் முதன்மையான திட்டம் என அறிவித்தனர். 'தேசத்தைக் கட்டியெழுப்புவதற்கும் தேசியப் பாதுகாப்பிற்கும் விவசாயம் முக்கியமானது' என்று போல்பாட் அறிவித்தார். கம்போடியா விரைவாக வளர்ச்சியடையவில்லை என்றால், அது கடந்த காலத்தில் இருந்ததைப் போலவே வியட்நாமிய ஆதிக்கத்திற்கு ஆளாக நேரிடும் என்று அவர் நம்பினார். ஐந்து முதல் பத்து ஆண்டுகளில் 70 முதல் 80% பண்ணை இயந்திரமயமாக்கலையும், பதினைந்து முதல் இருபது ஆண்டுகளில் நவீனத் தொழில்துறை தளத்தையும் அடைவது அவர்களின் இலக்காக இருந்தது. இந்தத் திட்டத்தின் ஒரு பகுதியாக, விவசாய மக்கள் முன்பை விட கடினமாக உழைப்பதை உறுதி செய்வதற்கான வழிமுறைகளை உருவாக்குவது முக்கியம் என போல்பாட் கருதினார்.

கெமர் ரூஜ் கம்போடியாவைத் தன்னிறைவு பெற்ற நாடாக நிறுவ விரும்பியது. அவர்கள் கூடிய மட்டும் வெளிநாட்டிலிருந்து உதவி பெறுவதைத் தவிர்க்க நினைத்தனர். ஏப்ரலில் நடந்த தேசியக் காங்கிரஸ் கூட்டத்தில், கம்போடிய மண்ணில் எந்த வெளிநாட்டு ராணுவத் தளங்களையும் அனுமதிக்க மாட்டோம் என்று கெமர் ரூஜ் அறிவித்தது, இது கம்போடியாவில் 20,000 துருப்புகளை நிறுத்தியிருந்த வியட்நாமுக்கு அச்சுறுத்தலாகப் பார்க்கப்பட்டது. சர்ச்சைக்குரிய வை தீவு தொடர்பாக வியட்நாமிய வீரர்களுடன் மோதல்களைத் தவிர்க்க போல்பாட், நூன் சீ மற்றும் ஐங் சாரி ஆகியோர் மே மாதம் ஹனோய்க்கு ரகசியமாகப் பயணம் செய்து அங்கு இரு நாடுகளுக்கும் இடையே நட்பு ஒப்பந்தத்தைக் குறுகிய காலத்தில் நிறைவேற்றினர், இது வெற்றிகரமாக பதற்றத்தைத் தணித்தது.

புனோம் பென்னைத் தவிர ஒவ்வொரு தொகுதியிலும் ஒரே ஒரு வேட்பாளர் மட்டுமே இருந்த போதிலும், போல்பாட்

தனது அரசாங்கத்திற்கு சட்டப்பூர்வமான தோற்றத்தை வழங்குவதற்காக ஒரு நாடாளுமன்றத் தேர்தலை ஏற்பாடு செய்தார். நாடாளுமன்றம் மூன்று மணி நேரம் மட்டுமே கூடியது. போல்பாட் அரசாங்க்ம் கெமர் ரூஜின் நடைமுறையில் இருந்தது. அதன் தலைவராக பெயரளவில் பென் நௌத் இருந்தார். சிறப்புத் தேசியக் காங்கிரஸ் கூட்டத்தில், சிஹானூக்கை பெயரளவுக்கு மாநிலத் தலைவராக்குவதற்கு கெமர் ரூஜ் ஒப்புக்கொண்டது. 1975 வரை அவர் அப்பதவியில் இருந்தார் அவர் வெளிநாட்டில் இருந்தால், சிஹானூக் தனக்கு எதிராக மாறக்கூடும் என்பதை போல்பாட் அறிந்திருந்தார், இதனால் கெமர் அரசாங்கத்திலேயே அவருக்கு மதிப்பு மிக்க பதவி அளிக்கப்பட்டு மரியாதையாக நடத்தப்பட்டார். இதன் மூலம் சிஹானூக்கின் அந்தஸ்தைப் பயன்படுத்திக் கொள்ள போல்பாட் எண்ணினார்.

கெமர் ரூஜின் ராணுவப் படைகள் வெவ்வேறு மண்டலங்களாகப் பிரித்து அனைத்து துருப்புக்களும் தேசியப் புரட்சிகர ராணுவத்தில் ஒருங்கிணைவதாக அறிவித்தார். ஜனநாயக கம்பூச்சியாவில் ஊதியங்கள் இல்லை. கெமர் ரூஜ் தங்களுக்கு என்ன கட்டளையிட்டாலும், ஊதியம் இல்லாமல் மக்கள் செய்வார்கள் என்று எதிர்பார்க்கப்பட்டது. மறுத்தவர்கள் கடும் தண்டனையையும் சில சமயங்களில் மரணதண்டனையையும் எதிர்கொண்டார்கள். மக்கள் ஊதியம் இல்லாமல் வேலை செய்வதன் மூலம் அடிமைத்தனத்திற்குத் தள்ளப்பட்டனர். அனைத்து விவசாயிகளும் சராசரி விளைச்சலைக் காட்டிலும் அதிகப்படியான விளைச்சலைக் காட்டவேண்டும் எனக் கட்டாயப்படுத்தப்பட்டனர்.

1975 முதல், கம்போடியர்கள் அனைவரும், மூன்று குழுக்களில் ஒன்றின் உறுப்பினர்களாக மறுவகைப்படுத்தப்பட்டனர். முழு உரிமை உறுப்பினர்கள், வேட்பாளர்கள் மற்றும் டெபாசிட்தாரர்கள். முழு—உரிமை உறுப்பினர்களில் பெரும்பாலோர் ஏழை அல்லது கீழ்—நடுத்தர விவசாயிகளாக இருந்தனர், அவர்கள் முழு ரேஷன்களுக்கு உரிமையுடையவர்கள், மேலும் அவர்களால் கூட்டுறவு நிறுவனங்களில் அரசியல் பதவிகளை வகிக்கவும் ராணுவம் மற்றும் கம்யூனிஸ்ட் கட்சியில் சேரவும் முடிந்தது. வேட்பாளர்கள் பிரிவில் இருந்தவர்கள் குறைந்த அளவிலான நிர்வாக பதவிகளை வகிக்க முடியும். ஆனால் இந்த முறையின்

பயன்பாடு சீரற்றதாக இருந்தது மேலும் இது வெவ்வேறு கால கட்டங்களில் வெவ்வேறு பகுதிகளில் அறிமுகப்படுத்தப்பட்டது. போல்பாட் நாட்டின் மக்கள்தொகையை இரட்டிப்பாக்க அல்லது மும்மடங்காக்க விரும்பினார். இது ஒரு தசாப்தத்திற்குள் 15 முதல் 20 மில்லியனுக்கும் இடையில் அடையும் என்று நம்பினார்.

கிராம கூட்டுறவுகளுக்குள், கெமர் ரூஜ் போராளிகள் தூக்கிலிடப்பட்டவர்களுக்குப் பயன்படுத்திய ஒரு பொதுவான அறிக்கை 'உன்னை வைத்திருப்பது லாபமில்லை, உன்னை அழிப்பதில் நஷ்டமில்லை.' கொல்லப்பட்டவர்கள் பெரும்பாலும் உரமாகச் செயல்படுவதற்காக வயல்களில் புதைக்கப்பட்டனர். கெமர் ரூஜ் ஆட்சியின் முதல் ஆண்டில், நகரங்களை வெளியேற்றுவதன் மூலம் மக்கள் தொகை கணிசமாக அதிகரித்தது. நாட்டின் பெரும்பாலான பகுதிகள் பட்டினியால் வாடுவதைத் தடுக்க முடிந்தாலும் வடமேற்கு மண்டலத்தின் சில பகுதிகள் மற்றும் மேற்குப் பகுதிகள் சிலவற்றில் பட்டினி ஏற்பட்டது.

புதிய ஸ்டாண்டிங் கமிட்டி ஒரு நாள் விடுப்புக்கு மக்கள் பத்து நாள் வேலை செய்ய வேண்டும் என்று ஆணையிட்டது. கடின உழைப்பு மற்றும் அன்பான கம்போடியாவைப் பற்றிய சொற்றொடர்கள் ஒலிபெருக்கிகள் மூலம் பரவலாகப் பயன்படுத்தப்பட்டன. கம்போடியர்கள் தங்களைப் பற்றி ஒருமையில் 'நான்' என்பதை விட 'நாங்கள்' என்ற பன்மையில் பேச ஊக்குவிக்கப்பட்டனர். வயல்களில் வேலை செய்யும் மக்கள் பாலினத்தால் பிரிக்கப்பட்டனர், விளையாட்டு தடைசெய்யப்பட்டது. மக்கள் படிக்க அனுமதிக்கப்பட்ட ஒரே வாசிப்புப் பொருள் அரசாங்கத்தால் கொண்டுவரப்பட்ட 'படேவத்' (புரட்சி) என்ற செய்தித்தாள் மட்டும்தான். உள்ளூர் கெமர் ரூஜ் அதிகாரிகளின் அனுமதியுடன் மட்டுமே மக்கள் பயணம் செய்ய அனுமதிக்கப்பட்டனர். இயக்கத்தில் கட்டுப்பாடுகள் விதிக்கப்பட்டன.

5. இரக்கமற்ற சர்வாதிகாரி

போல்பாட்டின் அன்றாட வாழ்க்கை ரகசியம் மற்றும் தனிமையால் வகைப்படுத்தப்பட்டது. அவர் அரிதாகவே பொதுவெளியில் தோன்றினார். தன்னைப் புகைப்படம் எடுக்க அனுமதித்தார். அவரது இருப்பிடம் கெமர் ரூஜில் உள்ள உயர் அதிகாரிகளுக்குக் கூடப் பெரும்பாலும் தெரியாது. இந்தத் தனிமைப்படுத்தல் கட்டுப்பாட்டைப் பராமரிக்கவும், அவரது தலைமைக்குச் சாத்தியமான சவால்களைத் தடுக்கவும் ஒரு திட்டமிட்ட தந்திரமாகும்.

போல்பாட்டின் வாழ்க்கை முறை கெமர் ரூஜ் ஆட்சியின் துறவற, தூய்மைக் கொள்கைகளைப் பிரதிபலித்தது. வர்க்கமற்ற விவசாயச் சமூகத்தை உருவாக்குவதற்கான அவர்களின் பார்வைக்கு ஏற்ப, அவரும் அவரது உள் வட்டமும் எளிமையான, சிக்கனமான வாழ்க்கை முறையைத் தழுவினர். தனிப்பட்ட வசதிகளும் ஆடம்பரங்களும் கருத்தியல் அர்ப்பணிப்புக்கு ஆதரவாக நிராகரிக்கப்பட்டன. பல தலைவர்கள் அனுபவிக்கும் ஆடம்பரங்களைத் தவிர்த்து, அவர் சாதாரணமான, பெரும்பாலும் அடிப்படையான தங்குமிடங்களில் தங்கியிருந்தார். இது ஆட்சியின் கடுமையான கொள்கைகளுக்கு ஏற்ப வாழ்ந்த ஒரு தலைவர் என்ற பிம்பத்தை வலுப்படுத்தியது.

போல்பாட்டின் அன்றாட வாழ்க்கையில் பாதுகாப்பு ஒரு முக்கியக் கவலையாக இருந்தது. அவரைச் சுற்றி அவரது தனிப்பட்ட பாதுகாப்புப் படையாகச் செயல்பட்ட விசுவாசிகள் குழு ஒன்று இருந்தது. அவரை அணுகுவது மிகவும் கட்டுப்படுத்தப்பட்டது. அவருடன் தொடர்பு கொண்டவர்கள் கவனமாகப் பரிசோதிக்கப்பட்டுக் கண்காணிக்கப்பட்டனர்.

கெமர் ரூஜ் தலைமையைப் போலவே போல்பாட்டின் உணவும் எளிமையானது மற்றும் வரையறுக்கப்பட்டது. ஆட்சியின் கூட்டுக் கொள்கைகள் பொது மக்களுக்கு உணவுப் பற்றாக்குறை மற்றும் ரேஷனிங் ஆகியவற்றை விளைவித்தன.

ஆனால், போல்பாட் உள்ளிட்ட உயர்மட்ட அதிகாரிகளுக்குச் சற்று சிறந்த ஏற்பாடுகள் கிடைத்தன. ஆயினும்கூட, இறைச்சி மற்றும் விலங்கு புரதத்தின் பிற ஆதாரங்கள் அரிதாக இருந்தன. உணவு முதன்மையாகச் சைவமாக இருந்தது. இதில் அரிசி, காய்கறிகள், குறைந்தபட்சப் புரத மூலங்கள் ஆகியவை இருந்தன. போல்பாட் தனது தீவிரமான பணி நெறிமுறை மற்றும் நிர்வாகத்தில் நேரடி அணுகுமுறைக்குப் பெயர் பெற்றவர். முடிவெடுக்கும் செயல்முறைகள் மற்றும் கொள்கைகளைச் செயல்படுத்துவதில் அவர் ஆழ்ந்த ஈடுபாடு கொண்டிருந்தார். வேலை மற்றும் சித்தாந்தத்தில் அவரது கவனம் பெரும்பாலும் தனிப்பட்ட உறவுகள் மற்றும் ஓய்வு ஆகியவற்றின் இழப்பில் வந்தது.

போல்பாட்டின் அன்றாட வாழ்க்கையும் பயம் மற்றும் சித்தப்பிரமையின் தொடர்ச்சியான உள்நோக்கத்தால் குறிக்கப்பட்டது. அவர் நெருங்கிய கூட்டாளிகளின் மீது கூட அவநம்பிக்கை கொண்டிருந்தார். இது கெமர் ரூஜ் அணிக்குள் வெளியேற்றங்களுக்கும் மரணதண்டனைகளுக்கும் வழிவகுத்தது. இந்தச் சந்தேகமும், பீதியும் ஆட்சிக்குள் ஊடுருவி அவரது தனிப்பட்ட வாழ்க்கை வரை பரவியது. போல்பாட்டின் அன்றாட வாழ்க்கை முறை தனிமை, துறவறம், கடுமையான பாதுகாப்பு நடவடிக்கைகள் மற்றும் அவரது தீவிரச் சித்தாந்தத்திற்கு அசைக்க முடியாத அர்ப்பணிப்பு ஆகியவற்றால் வகைப்படுத்தப்பட்டது.

அவரது வாழ்க்கை நிலைமைகள் மற்றும் தனிப்பட்ட பழக்கவழக்கங்கள் கம்போடிய மக்களைக் கட்டாய உழைப்பு, கூட்டுமயமாக்கல், வெகுஜன அட்டூழியங்களுக்கு உட்படுத்திய கெமர் ரூஜ் ஆட்சியின் கடுமையான அடக்குமுறை தன்மையைப் பிரதிபலித்தன. அவரது அன்றாட வாழ்க்கையின் விவரங்கள் ரகசியமாக மறைக்கப்பட்டிருந்தாலும், பெரும்பாலும் ஊகங்களுக்கு உட்பட்டிருந்தாலும், கிடைக்கக் கூடிய சான்றுகள் அவரது ஆட்சியை வரையறுத்த இரக்கமற்ற தன்மையையும் கட்டுப்பாட்டையும் அடிக்கோடிட்டுக் காட்டுகின்றன. போல்பாட்டின் வாழ்க்கை முறை தலைவர்கள் மற்றும் ஆளப்படுபவர்களின் வாழ்க்கையில் சர்வாதிகாரத்தின் தாக்கத்தை அப்பட்டமாக நினைவூட்டுகிறது.

1976 ஜனவரியில் கம்போடியா 'ஜனநாயகக் கம்பூசியா' (Democratic Kampuchea) எனப் பெயரிடப்பட்டு ஆண்கள் மற்றும் பெண்களின் சமத்துவம், அனைத்துக் குடிமக்களின் உரிமைகள், பணிக்கான கடமைகள் ஆகியவற்றை அறிவித்தது. நாடு மூன்று நபர்களின் அதிகாரத்தால் ஆளப்படும் என்று அது கோடிட்டுக் காட்டியது, அந்த நேரத்தில் போல்பாட் மற்றும் கெமர் ரூஜ் தலைவர்கள், சிஹானூக் இந்த பாத்திரங்களில் ஒன்றை எடுப்பார் என்று எதிர்பார்த்தனர். ஆனால், சிஹானூக் புதிய அரசாங்கத்துடன் சங்கடமாக உணந்தார், மார்ச் மாதம் அவர் தனது அரச தலைவர் பதவியை ராஜினாமா செய்தார். அவர் மருத்துவச் சிகிச்சையின் தேவையைக் காரணம் காட்டி, சீனாவிற்குச் செல்ல அனுமதிக்குமாறு கேட்டுக் கொண்டார், ஆனால் இது மறுக்கப்பட்டது. அதற்குப் பதிலாக அவர் தனது அரண்மனையில் வைக்கப்பட்டார், கெமர் ரூஜ் ஆண்டுகள் முழுவதும் அவருக்கு ஆடம்பரமான வாழ்க்கை முறை அனுமதிக்கப்பட்டது.

சிஹானூக்கை அகற்றியது மூலம் கெமர் ரூஜ் அரசாங்கத்தின் ஐக்கிய முன்னணி என்ற பாசாங்கு முடிவுக்கு வந்தது. சிஹானூக் அரசாங்கத்தில் அங்கம் வகிக்காத நிலையில், போல்பாட்டின் அரசாங்கம் 'தேசியப் புரட்சி' முடிந்து 'சோசலிசப் புரட்சி' தொடங்கியது, நாடு விரைவாகத் தூய கம்யூனிஸத்தை நோக்கி நகர்கிறது என்று கூறியது. போல்பாட் புதிய அரசை 'மனிதகுலத்திற்கு ஒரு விலைமதிப்பற்ற முன்மாதிரி' என்று வர்ணித்தார். புதிய அரசாங்கத்தில் போல்பாட் நாட்டின் பிரதமரானார். போல்பாட்டின் முக்கிய கூட்டாளிகளான நூன் சீ, கியூ சாம்பன் ஆகியோர் தேசியச் சட்டமன்றத்தின் நிலைக்குழுவின் தலைவராகவும் மாநிலத் தலைவராகவும் பதவி ஏற்றனர். கொள்கையளவில், கெமர் ரூஜ் நிலைக்குழு ஜனநாயக மத்தியத்துவத்தின் கொள்கையின் அடிப்படையில் முடிவுகளை எடுத்ததாக சொல்லப்பட்டாலும், உண்மையில் அது மிகவும் எதேச்சதிகாரமாக இருந்தது, போல்பாட்டின் முடிவுகளே செயல்படுத்தப்பட்டன.

கம்போடிய மக்கள் அதிகாரப்பூர்வமாக 'கெமெர்' என்பதற்குப் பதிலாக 'கம்பூச்சியன்' என்று அழைக்கப்பட்டனர். அரசாங்கத்தால் 'கம்புசியன்' என்று பெயரிடப்பட்ட கெமர் மொழி மட்டுமே சட்டப்பூர்வமாக அங்கீகரிக்கப்பட்ட மொழியாகும். மேலும் சீன—கெமர் சிறுபான்மையினர் அவர்கள் பொதுவாகப் பயன்படுத்தும் சீன மொழிகளில்

பேசுவது தடைசெய்யப்பட்டது. போல்பாட் நாடு முழுவதும் பெரிய நீர்ப்பாசனத் திட்டங்களைத் தொடங்கினார். கிழக்கு மண்டலத்தில், உதாரணமாக, ஒரு பெரிய அணை கட்டப்பட்டது. அதே சமயம் தொழிலாளர்களின் தொழில்நுட்ப நிபுணத்துவம் இல்லாததால் இந்த நீர்ப்பாசனத் திட்டங்கள் பல தோல்வியடைந்தன. நிலைக்குழு பல கிராமங்களை 500 முதல் 1000 குடும்பங்களைக் கொண்ட ஒரு கூட்டுறவில் இணைத்தது. பொது சமையலறைகள் அறிமுகப்படுத்தப்பட்டன. இதன் மூலம் ஒரு கம்யூனின் அனைத்து உறுப்பினர்களும் தங்கள் தனிப்பட்ட வீடுகளில் சாப்பிடாமல் ஒன்றாக உணவு அருந்தக் கட்டாயப்படுத்தப்பட்டனர்.

1976ம் ஆண்டு கோடையில் ஏழு வயதுக்கு மேற்பட்ட குழந்தைகள் தங்கள் பெற்றோரிடமிருந்து பிரிக்கப்பட்டு கெமர் ரூஜ் பயிற்றுவிப்பாளர்களுடன் சமூக ரீதியாக வாழ வேண்டும் என்று அரசாங்கம் உத்தரவிட்டது. தொழிலாளர்கள் மத்தியில் உந்துதல் இல்லாததாலும் வலிமையான தொழிலாளர்கள் நீர்ப்பாசனத் திட்டங்களுக்குத் திருப்பிவிடப்பட்டதன் காரணமாகவும் கூட்டுறவுச் சங்கங்கள் அரசாங்கம் நம்பியதை விடக் குறைவான உணவை உற்பத்தி செய்தன. விமர்சனத்திற்குப் பயந்து, பல கட்சி நிர்வாகிகள் அரசாங்கத்தின் உணவு உற்பத்தி ஒதுக்கீட்டை தாங்கள் பூர்த்தி செய்ததாகப் பொய்யாகக் கூறினர். அரசாங்கம் இதைப் பற்றி அறிந்து, 1976ம் ஆண்டின் இறுதியில் நாட்டின் முக்கால்வாசிப் பகுதிகளில் உணவுப் பற்றாக்குறை இருப்பதை ஒப்புக்கொண்டனர். அதே சமயம் கெமர் ரூஜ் உறுப்பினர்கள் மற்ற மக்களால் அனுபவிக்கப்படாத சிறப்புச் சலுகைகளைப் பெற்றனர். கட்சி உறுப்பினர்கள் சிறந்த உணவைக் கொண்டிருந்தனர். மத்தியக் குழுவின் உறுப்பினர்கள் மருத்துவச் சிகிச்சைக்காகச் சீனாவுக்குச் செல்ல அனுமதிக்கப்பட்டனர். மேலும் கட்சியின் உயர்மட்டத் தலைவர்கள் இறக்குமதி செய்யப்பட்ட ஆடம்பரப் பொருட்களைப் பயன்படுத்த முடிந்தது.

கெமர் ரூஜ் மக்களை அவர்களின் மத மற்றும் இன அடிப்படையில் வகைப்படுத்தியது. போல்பாட்டின் தலைமையின் கீழ், கெமர் ரூஜ் அரசு நாத்திகக் கொள்கையை கடைபிடித்தது. பௌத்தத் துறவிகள் சமூக ஒட்டுண்ணிகளாகக் கருதப்பட்டனர். அவர்கள் கிராமப்புறக் கூட்டுறவு மற்றும் நீர்ப்பாசனத் திட்டங்களில் உடல் உழைப்பில்

ஈடுபடுத்தப்பட்டனர். போல்பாட்டின் அரசாங்கத்திற்கு எதிராகக் கிளர்ச்சிகள் வெடித்தன. கெமர் ரூஜின் வடக்குப் பிராந்தியத் தலைவர் கோ காங் மற்றும் அவரது ஆதரவாளர்கள் தாய்லாந்து எல்லையில் உள்ள அரசாங்க இலக்குகள் மீது சிறிய அளவிலான தாக்குதல்களை நடத்தினர். பிப்ரவரி 1976ல் ஆயுதக் கிடங்கு ஒன்று அழிக்கப்பட்டது. குண்டுவெடிப்பின் பின்னணியில் சில மூத்த ராணுவ வீரர்கள் இருந்ததாக போல்பாட் சந்தேகப்பட்டதால் பல ராணுவ அதிகாரிகள் கைது செய்யப்பட்டனர்.

செப்டம்பர் 1976ல், பல்வேறு கட்சி உறுப்பினர்கள் போல்பாட்டின் அரசாங்கத்தை கவிழ்க்க வியட்நாமுடன் சதி செய்ததாகக் குற்றம் சாட்டப்பட்டு கைது செய்யப்பட்டனர். அடுத்த அடுத்த மாதங்களில் கைது செய்யப்பட்டவர்களின் எண்ணிக்கை அதிகரித்துக் கொண்டே சென்றது. கட்சிக்குள்ளேயே (CPK- Communist Party of Kampuchea) இருந்த இந்த உள் ஒடுக்குமுறையை நியாயப்படுத்த அதன் முன்னணி உறுப்பினர்களுக்கு எதிரான படுகொலை முயற்சிகள் பற்றிய கூற்றுக்களை அரசாங்கம் கண்டுபிடித்தது. இந்தக் கட்சி உறுப்பினர்கள் சிஐஏ, சோவியத் கேஜிபி அல்லது வியட்நாமியர்களின் உளவாளிகளாக இருக்கலாம் எனச் சந்தேகிக்கப்பட்டு குற்றம் சாட்டப்பட்டனர். அவர்கள் கடும் சித்திரவதைக்கு உட்படுத்தப்பட்டுக் குற்றச்சாட்டுகளை ஒப்புக்கொள்ளக் கட்டாயப்படுத்தப்பட்டனர், அவர்களது வாக்குமூலங்கள் கட்சிக் கூட்டங்களில் வாசிக்கப்பட்டது. நம்பிக்கைக்குரிய கட்சிப் பணியாளர்கள் நாட்டின் பல பகுதிகளுக்கு அனுப்பப்பட்டு, கட்சி உறுப்பினர்களிடையே தூய்மைப்படுத்தலைத் தொடங்கினார்கள்.

புனோம் பென்னில் பயன்படுத்தப்படாத ஓர் இடைநிலைப் பள்ளியை கெமர் ரூஜ் பாதுகாப்புச் சிறையாக மாற்றியது. இங்கு 1976ம் ஆண்டு முதல் பாதியில், சுமார் 400 பேர் அந்தச் சிறைக்கு அனுப்பப்பட்டனர். பின்னர் சில மாதங்களில் எண்ணிக்கை ஆயிரத்தை நெருங்கியது. 1977ம் ஆண்டு ஒவ்வொரு மாதமும் ஆயிரம் பேர் வரை அங்குச் சிறை வைக்கப்பட்டனர். கெமர் ரூஜ் ஆட்சிக் காலத்தில் அங்கு 15,000 முதல் 20,000 பேர் வரை கொல்லப்பட்டனர். அவர்களில் மேற்கத்தியர்களும் அடங்குவர். ஜனநாயகக் கம்பூச்சியா முழுவதும், குறிப்பாகக் கிராம அளவில் வன்முறைகள் அதிகரித்தன. கிராமப்புறங்களில், பெரும்பாலான கொலைகள் அரசாங்கத்தின் கட்டளையின்

பேரில் கட்சிப் பணியாளர்களால் நாடு முழுவதும் தாங்கள் விரும்பாத தங்கள் சமூகத்தைச் சேர்ந்தவர்களைச் சித்திரவதை செய்து கொன்றனர். சிலர் பிறக்காத கருவைக்கூட தாயின் வயிற்றிலிருந்து எடுத்துச் சிதைத்தார்கள். இத்தகைய கொடுமைகளை அறிந்தும் கட்சித் தலைமை அவற்றைத் தடுக்க எதுவும் செய்யவில்லை. பெருகிவரும் வன்முறை, சித்திரவதை ஆகியவற்றினால் கம்போடியர்கள் தாய்லாந்து மற்றும் வியட்நாமிற்குத் தப்பிச் செல்ல முயன்றனர்.

1978ல் ஆரம்பித்த இரண்டாவது சுத்திகரிப்பு நடவடிக்கையின்போது பல்லாயிரக்கணக்கான கம்போடியர்கள் வியட்நாமிய அனுதாபிகள் என்று குற்றம் சாட்டப்பட்டுக் கொல்லப்பட்டனர். 1975 முதல் 1979 வரையிலான போல்பாட்டின் ஆட்சியான கெமர் ரூஜ் ஆட்சியின்போது சுமார் 1.7 மில்லியன் மக்கள் இறந்தனர். இது கம்போடியாவின் மக்கள்தொகையில் கிட்டத்தட்ட கால் பகுதியினர். அவரது தலைமையால் ஏற்பட்ட துன்பம் மற்றும் பேரழிவின் மகத்தான தன்மையைக் கருத்தில் கொண்டு, போல்பாட்டிடம் எந்த மீட்பு குணங்களையும் அடையாளம் காண்பது கிட்டத்தட்ட சாத்தியமற்றது.

போல்பாட்டின் இடைவிடாத அதிகாரத் தேடல், கெமர் ரூஜிற்குள் கருதப்படும் போட்டியாளர்களை வெளியேற்றுவது, தூக்கிலிடுவது என எந்த வழிமுறையையும் பயன்படுத்த அவர் தயாராக இருப்பது அவரது இரக்கமற்ற, சர்வாதிகாரக் குணத்தை எடுத்துக்காட்டுகிறது. அவரது நடவடிக்கைகள் மனித உரிமைகள் மற்றும் நெறிமுறைக் கோட்பாடுகளை முற்றிலும் புறக்கணிப்பதைக் காட்டுகிறது. போல்பாட்டின் தலைமை தீவிர கம்யூனிஸச் சித்தாந்தத்தை இரக்கமின்றிச் செயல்படுத்துவதன் மூலம் வகைப்படுத்தப்பட்டது. அவர் மில்லியன் கணக்கான கம்போடியர்களை விவசாயத் தொழிலாளர் முகாம்களுக்குள் கட்டாயப்படுத்தி, கட்டாய உழைப்புக்கு உட்படுத்தினார். பயங்கரவாதம், தணிக்கை மற்றும் சிந்தனைக் கட்டுப்பாட்டைத் திணித்தார். அவரது கொள்கைகள் பரவலான துன்பத்தையும் மரணத்தையும் விளைவித்தன.

வரலாற்றில் மிகக் கொடூரமான இனப்படுகொலைகளில் ஒன்றிற்கு போல்பாட் தலைமை தாங்கினார். அவரது ஆட்சியின்கீழ், எண்ணற்ற கம்போடியர்கள் சித்திரவதை, மரணதண்டனை மற்றும் கட்டாய உழைப்புக்கு உட்படுத்தப்பட்டனர். அறிவுஜீவிகள், தொழில் வல்லுநர்கள்,

ஆட்சிக்கு அச்சுறுத்தலாகக் கருதப்படும் நபர்கள் ஆகியோர் கொல்லப்பட்டனர். இக்கொடுமைகளுக்குச் சாட்சியாக விளங்கும் கொலைக்களங்களும், மனிதப் புதைகுழிகளும் அவரது காட்டுமிராண்டித்தனத்திற்குச் சான்றாக நிற்கின்றன. போல்பாட் ஆட்சி கம்போடியாவின் கலாசார மற்றும் அறிவுசார் பாரம்பரியத்தை அழிக்க முயன்றது. பாரம்பரிய நடைமுறைகள், மதம் மற்றும் கல்வி நிறுவனங்கள் ஒடுக்கப்பட்டன அல்லது அழிக்கப்பட்டன. இந்தக் கலாசாரப் பேரழிவு கம்போடியச் சமூகத்தில் நீண்டகால விளைவுகளை ஏற்படுத்தியுள்ளது.

போல்பாட்டின் வெளியுறவுக் கொள்கைகள், அவரது ஆட்சியின் நடவடிக்கைகள் ஆகியவை வியட்நாமுடனான மோதல்களுக்கு வழிவகுத்து, பிற நாடுகளுடனான உறவுகளையும் சீர்குலைத்தன. இது கம்போடியாவின் சர்வதேச தனிமைப்படுத்தலுக்குப் பங்களித்தது. கம்போடிய மக்களின் கண்ணியம் மற்றும் நல்வாழ்வை போல்பாட் புறக்கணித்தது அவரது கட்டாய உழைப்பு, பட்டினி மற்றும் சித்திரவதை கொள்கைகளில் தெளிவாகத் தெரிந்தது. அவர் அச்சத்தின், சந்தேகத்தின் சூழலை உருவாக்கினார், அங்குக் குடிமக்கள் தொடர்ந்து துன்புறுத்தலுக்கு அஞ்சி வாழ்ந்தனர். போல்பாட்டின் தலைமை கம்போடியாவில் துன்பம் மற்றும் அதிர்ச்சியின் நீடித்த பாரம்பரியத்தை விட்டுச்சென்றது. அவரது ஆட்சியில் உயிர் பிழைத்தவர்கள் தாங்கள் அனுபவித்த கொடுமைகளின் உடல் மற்றும் உளவியல் வடுக்களுடன் தொடர்ந்து போராடி வருகின்றனர். கம்போடியாவின் சமூகக் கட்டமைப்பு அவரது கொள்கைகளால் சிதைக்கப்பட்டது. நாட்டின் மீட்சி ஒரு நீண்ட வலிமிகுந்த செயல்முறையாகும்.

போல்பாட்டின் ஆட்சி மிருகத்தனம், அடக்குமுறை மற்றும் திட்டமிட்ட மனித உரிமை மீறல் ஆகியவற்றால் குறிக்கப்பட்டது. கம்போடிய மக்களுக்கு அது ஏற்படுத்திய மகத்தான துன்பங்களுக்காக அவரது தலைமை உலகளவில் கண்டிக்கப்படுகிறது. கொடுமையும் தீவிரவாதமும் எந்த அளவுக்கு ஆழமாக மூழ்கும் என்பதற்கு அவரது நடவடிக்கைகளும் கொள்கைகளும் அப்பட்டமான சான்றாக இருப்பதால், அவருக்குக் கூறப்படும் எந்த நேர்மறையான குணங்களும் கிட்டத்தட்ட இல்லை. கட்டுப்பாடற்ற சர்வாதிகாரத்தின் அபாயங்களையும் மனித மாண்பையும் சுதந்திரத்தையும் பாதுகாப்பதன் முக்கியத்துவத்தையும்

போல்பாட்டின் மரபு அதிர்ச்சியூட்டும் நினைவூட்டலாகச் செயல்படுகிறது.

கம்போடியா மற்றும் வியட்நாம் இடையேயான உறவு ஜனநாயக கம்பூச்சியாவை நிறுவியதைத் தொடர்ந்து பதற்றத்தில் இருந்தன; ஜூலை 1976ல் வியட்நாம் ஒருங்கிணைந்த பிறகு, கம்போடிய அரசாங்கம் வாழ்த்துச் செய்தியை வெளியிட்டது. தனிப்பட்ட முறையில், நாடுகளுக்கும் இடையிலான உறவுகள் குறைந்து கொண்டே வந்தன. மே 1976ல், இரு நாடுகளுக்கும் இடையே முறையான எல்லையை உருவாக்குவதற்கான பேச்சுவார்த்தை தோல்வியடைந்தது. அதிகாரத்தைக் கைப்பற்றியதும், கெமர் ரூஜ் மேற்கத்திய நாடுகள் மற்றும் சோவியத் யூனியன் ஆகிய இரண்டின் ஆதரவையும் நிராகரித்தது. மாறாக, கம்போடியாவின் முக்கிய சர்வதேசப் பங்காளியாகச் சீனா ஆனது. வியட்நாம் சீனாவின் மீது சோவியத் யூனியனுடன் பக்கம் சாய்ந்த நிலையில், சீனர்கள் போல்பாட்டின் அரசாங்கத்தை இந்தோசீனாவில் வியட்நாமியச் செல்வாக்கிற்கு எதிராக ஒரு அரணாகக் கண்டனர். உடனடியாக $20 மில்லியன் மானியம் உட்பட கம்போடியாவிற்கு $1 பில்லியன் ராணுவ மற்றும் பொருளாதார உதவியாக மாவோ தருவதாக உறுதியளித்தார்.

பல ஆயிரக்கணக்கான சீன ராணுவ ஆலோசகர்கள் மற்றும் தொழில்நுட்ப வல்லுநர்கள் கம்போங் ச்னாங் ராணுவ விமான நிலையத்தின் கட்டுமானம் போன்ற திட்டங்களில் உதவுவதற்காக கம்போடியாவிற்கு அனுப்பப்பட்டனர். போல்பாட்டின் உள்நாட்டுக் கொள்கைகளிலும் வெளியுறவுக் கொள்கையிலும் சீனா செல்வாக்கைக் கொண்டிருந்தது. இது கம்போடியாவின் தாய்லாந்துடன் நல்லுறவைத் தொடரவும், பிராந்தியத்தில் வியட்நாமியச் செல்வாக்கை எதிர்த்து அமெரிக்காவுடன் திறந்த தொடர்பைத் தொடரவும் நாட்டை வெற்றிகரமாகத் தள்ளியது.

போல்பாட், தனது அரசியல் வாழ்க்கை முழுவதும் கூட்டணிகள் மற்றும் ஆதரவாளர்களின் சிக்கலான வரலாற்றைக் கொண்டிருந்தார். பல்வேறு சர்வதேச நடிகர்களுடனான அவரது உறவுகள் காலப்போக்கில், மூலோபாய பரிசீலனைகள், சித்தாந்தம் மற்றும் புவிசார் அரசியல் காரணிகளால் செல்வாக்குச் செலுத்தி வளர்ந்தன. போல்பாட் சீனாவிலிருந்து ஆதரவைப் பெற்றார், குறிப்பாக அவர் அதிகாரத்தில் இருந்தபோது. கெமர் ரூஜ் மற்றும் சீன

கம்யூனிஸ்ட் கட்சி இரண்டும் ஒரே மாதிரியான தீவிர கம்யூனிஸச் சித்தாந்தங்களைக் கடைப்பிடித்ததால், இந்தக் கூட்டணி கருத்தியல் பிணைப்பில் வேரூன்றியிருந்தது. கம்போடியாவைத் தென்கிழக்கு ஆசியாவில் ஒரு மூலோபாய கூட்டாளியாகக் கருதி, போல்பாட்டின் ஆட்சிக்குச் சீனா ராணுவ மற்றும் ராஜதந்திர ஆதரவை வழங்கியது.

1970களில், போல்பாட்டின் கெமர் ரூஜ் மற்றும் வடக்கு வியட்நாம் ஆரம்பத்தில் கம்போடியாவில் உள்ள அமெரிக்க ஆதரவு லோன் நோல் அரசாங்கத்திற்கு எதிராக அணிதிரண்டன. இருப்பினும், இரு கம்யூனிஸ்ட் பிரிவுகளுக்கும் இடையிலான பதற்றங்கள் அதிகரித்தன. இது அவர்களின் பகிரப்பட்ட எல்லையில் மோதல்களுக்கு வழிவகுத்து உறவுகளைச் சீர்குலைத்தது. அமெரிக்கா போல்பாட்டின் நேரடி ஆதரவாளராக இல்லை என்றாலும், 1978ல் கம்போடியா மீதான வியட்நாமியப் படையெடுப்புக்கு அதன் எதிர்ப்பு நடைமுறையில் சீரமைப்பை உருவாக்கியது. தென்கிழக்கு ஆசியாவில் வியட்நாமின் செல்வாக்கை எதிர்கொள்ளும் முயற்சியில் கெமர் ரூஜுடன் தொடர்பு கொண்டவர்கள் உட்படப் பல்வேறு கம்யூனிஸமல்லாத எதிர்ப்புக் குழுக்களை அமெரிக்கா ஆதரித்தது.

கெமர் ரூஜ் ஆட்சியிலிருந்து தப்பியோடிய கம்போடிய அகதிகளுக்கு தாய்லாந்து அடைக்கலம் அளித்தது. தாய்லாந்து நேரடியாக போல்பாட்டை ஆதரிக்கவில்லை என்றாலும், அது தாய்லாந்து—கம்போடிய எல்லையில் அகதிகள் முகாம்களை நடத்தியது. அங்கு போல்பாட்டின் அட்டூழியங்களிலிருந்து தப்பிப்பிழைத்தவர்கள் தஞ்சம் புகுந்தனர். தாய்லாந்து அரசாங்கத்தின் கொள்கை அகதிகள் நெருக்கடியை நிர்வகிப்பதை நோக்கமாகக் கொண்டது.

தென்கிழக்கு ஆசிய நாடுகளின் கூட்டமைப்பு (ஆசியான்) போல்பாட்டிற்கு நேரடி ஆதரவை வழங்கவில்லை. ஆனால், கம்போடியாவில் வியட்நாம் ஆதரவு அரசாங்கத்தை அங்கீகரிக்க மறுத்துவிட்டது. இந்த ராஜதந்திர நிலைப்பாடு சர்வதேச அரங்குகளில் கம்போடியாவின் பிரதிநிதியாக கெமர் ரூஜின் சட்டப்பூர்வமான தன்மையை மறைமுகமாக அங்கீகரித்தது. போல்பாட் குறிப்பிடத்தக்கச் சர்வதேச எதிர்ப்பையும் தனிமைப்படுத்தலையும் எதிர்கொண்டார். ஐக்கிய நாடுகள் சபை, மேற்கத்திய நாடுகள் மற்றும் பல சர்வதேச அமைப்புகள் கெமர் ரூஜ் ஆட்சியின் கொடூரமான மனித உரிமை மீறல்கள் மற்றும் அட்டூழியங்களுக்குக்

கண்டனம் தெரிவித்தன. இந்தப் பரவலான கண்டனம் உலக அரங்கில் கம்போடியா தனிமைப்படுத்தப்படுவதற்குப் பங்களித்தது.

போல்பாட் தனது கம்யூனிஸ பார்வையுடன் சித்தாந்த ரீதியாக இணைந்த சில சர்வதேச அனுதாபிகளைக் கொண்டிருந்தாலும், அவரது ஆட்சியின் காட்டுமிராண்டித்தனமும் தீவிரக் கொள்கைகளும் சாத்தியமான ஆதரவாளர்களை அந்நியப்படுத்தியது. கெமர் ரூஜின் கீழ் அட்டூழியங்கள் மற்றும் துன்பங்களின் அளவு பலருக்கு வெளிப்படையாக ஆட்சியை அங்கீகரிப்பதையோ அல்லது ஆதரிப்பதையோ கடினமாக்கியது. போல்பாட்டின் கூட்டணிகள் மற்றும் ஆதரவாளர்கள் சித்தாந்தம், புவிசார் அரசியல் நலன்கள் மற்றும் வரலாற்றுக் காரணிகளின் சிக்கலான இடைவினையால் வடிவமைக்கப்பட்டன.

சீனாவுடனும், ஓரளவிற்கு அமெரிக்காவுடனும் அவர் அணிசேர்ந்தது மூலோபாய பரிசீலனைகள் மற்றும் பிராந்தியத்தில் வியட்நாமின் செல்வாக்கிற்கு எதிரான எதிர்ப்பால் உந்தப்பட்டது. எவ்வாறெனினும், அவரது ஆட்சியின் மிருகத்தனமான நடவடிக்கைகள், மனித உரிமை மீறல்கள் ஆகியவை பரவலான சர்வதேசக் கண்டனத்திற்கும் மட்டுப்படுத்தப்பட்ட வெளிப்புற ஆதரவுக்கும் வழிவகுத்தன.

போல்பாட், தனது உள்வட்டத்திற்குள் குடும்ப உறவுகளைப் பேணி வந்தார், மேலும் அவரது குடும்ப உறுப்பினர்கள் பலர் ஆட்சிக்குள் செல்வாக்கு மற்றும் அதிகாரப் பதவிகளை வகித்தனர். முக்கிய தலைமைப் பதவிகளில் பணியாற்றுவது முதல் ஆட்சியின் கொள்கைகளைச் செயல்படுத்துவதில் பங்கேற்பது வரை அவர்களின் பாத்திரங்கள் இருந்தன.

போல்பாட்டின் சகோதரி இயாங் திரித்தை மணந்த இயாங் சாரி, கெமர் ரூஜ் தலைமையின் மிக முக்கியமான நபர்களில் ஒருவராக இருந்தார். துணைப் பிரதமர், வெளியுறவுத் துறை அமைச்சர் உள்ளிட்ட பல்வேறு முக்கிய பதவிகளை வகித்துள்ளார். கெமர் ரூஜ் ஆட்சிக்கு ஆதரவளித்த சீனாவுடனான சர்வதேச உறவுகளை நிர்வகிப்பதில் அவரது பங்கு முக்கியமானது. இங் சரியின் செல்வாக்கு ராஜதந்திர உறவுகளைப் பேணுவதற்கும் ஆட்சிக்கு வெளிப்புற உதவிகளைப் பெறுவதற்கும் உதவியது.

போல்பாட்டின் மனைவி கியூ பொன்னாரி (Khieu Ponnary), கெமர் ரூஜின் பிரசார முயற்சிகளில் ஒரு பங்கைக்

கொண்டிருந்தார். ஆட்சியின் சித்தாந்தம் மற்றும் பிரசாரப் பொருட்களைப் பரப்புவதில் அவர் ஈடுபட்டார். கெமர் ரூஜின் தீவிர கம்யூனிஸச் சித்தாந்தத்தை மக்களிடையே பரப்புவதில் அவரது பங்கு முக்கியப் பங்கு வகித்தது. ஆட்சியில் தலைமைப் பதவிகளில் இருந்த ஒரு சில பெண்களில் இவரும் ஒருவர்.

இயாங் சாரியை மணந்த இயாங் திரித், சமூக விவகார அமைச்சர் உட்பட கெமர் ரூஜில் பல்வேறு பதவிகளை வகித்தார். கல்வி, சுகாதாரம் உள்ளிட்ட ஆட்சியின் கொள்கைகளின் பல்வேறு அம்சங்களை மேற்பார்வையிடும் பொறுப்பு அவருக்கு இருந்தது. கெமர் ரூஜின் சமூக பொறியியல் திட்டங்களைச் செயல்படுத்துவதிலும், ஆட்சியின் சித்தாந்தத்திற்கு இணங்குவதை உறுதி செய்வதிலும் அவரது பங்கு குறிப்பிடத்தக்கது. போல்பாட்டின் மற்றொரு மைத்துனரான சன் சென், பாதுகாப்பு அமைச்சராகப் பணியாற்றினார் மற்றும் ஆட்சியின் ராணுவ இயந்திரத்திற்குப் பொறுப்பாக இருந்தார். கெமர் ரூஜ் அணிகளுக்குள் எதிரிகள் என்று கருதப்பட்டவர்களை அகற்றுவதை அவர் மேற்பார்வையிட்டார். இது ஏராளமான தொண்டர்கள் மற்றும் கட்சி உறுப்பினர்களைத் தூக்கிலிட வழிவகுத்தது. உள் ஒழுக்கத்தைப் பராமரிப்பதில் சன் சென்னின் பங்கு அதிகாரத்தின் மீதான போல்பாட்டின் பிடிக்கு முக்கியமானது.

போல்பாட்டின் மருமகன் மியாஸ் முத், கெமர் ரூஜின் ராணுவத்தில் ஒரு பங்கைக் கொண்டிருந்தார். கடற்படைத் தளபதியாக இருந்த அவர், எதிரிகளுக்கு எதிரான கடற்படை நடவடிக்கைகள் உட்படக் கடல்சார் நடவடிக்கைகளில் ஈடுபட்டார். அவரது ராணுவ ஈடுபாடு கெமர் ரூச்சில் உள்ள முக்கிய அதிகாரப் பதவிகளுடன் விரிவாக்கப்பட்ட குடும்பத்தின் தொடர்பைப் பிரதிபலித்தது.

போல்பாட்டின் குடும்ப உறுப்பினர்கள் கெமர் ரூஜ் ஆட்சிக்குள் பல்வேறு பதவிகளில் அவரை ஆதரித்தனர். அவர்கள் வெளியுறவு, பிரசாரம், சமூக விவகாரங்கள் மற்றும் ராணுவம் போன்ற துறைகளில் செல்வாக்குமிக்க பதவிகளை வகித்தனர், இது ஆட்சியின் கொள்கைகளைச் செயல்படுத்துவதற்கும் பராமரிப்பதற்கும் பங்களிக்க அனுமதித்தது. இந்தக் குடும்பத் தொடர்புகள் ஆட்சியின் இறுக்கமான, பின்னப்பட்ட தலைமை கட்டமைப்பை வலுப்படுத்தியது மற்றும் கெமர் ரூஜின் தீவிர கம்யூனிஸச் சித்தாந்தத்தை நிலைநிறுத்துவதில் ஒரு பங்கைக்

கொண்டிருந்தன. போல்பாட்டின் குடும்ப உறுப்பினர்களின் செல்வாக்கு குறிப்பிடத்தக்கதாக இருந்தபோதிலும், இறுதியில் தலைவரின் சொந்தப் பார்வை மற்றும் இரக்கமற்ற தன்மையே ஆட்சியின் போக்கை வரையறுத்து அதன் பேரழிவுகரமான கொள்கைகள் மற்றும் நடவடிக்கைகளுக்கு வழிவகுத்தது.

1976 டிசம்பரில், கம்பூச்சியன் கம்யூனிஸ்ட் கட்சியின் மத்தியக் குழுவின் ஆண்டு நிறைவுக் கூட்டத்தில், வியட்நாமுடனான போருக்கு நாடு தயாராக இருப்பதாக முன்மொழிந்தது. போல்பாட் வியட்நாம் விஸ்தரிப்புவாதத்தில் உறுதியாக இருப்பதாக நம்பினார், இது கம்போடியச் சுதந்திரத்திற்கு அச்சுறுத்தலாக இருந்தது. 1977ம் ஆண்டின் தொடக்கத்தில் கம்போடியாவிற்கும் வியட்நாமிற்கும் இடையில் எல்லை மோதல்கள் தொடர்ந்தன. ஏப்ரல் 30 அன்று, பீரங்கித் தாக்குதல் மூலம் கம்போடியப் பிரிவுகள், வியட்நாமுக்குள் நுழைந்து, தொடர்ச்சியாக கிராமங்களைத் தாக்கி, பல நூறு வியட்நாமியப் பொதுமக்களைக் கொன்றது. வியட்நாம் கம்போடிய எல்லைகளில் குண்டுவீசுமாறு தனது விமானப்படைக்கு உத்தரவிட்டது. பல மாதங்களுக்குப் பிறகு, சண்டை மீண்டும் தொடங்கியது. செப்டம்பரில், கம்போடியக் கிழக்கு மண்டலத்தின் இரண்டு பிரிவுகள் வியட்நாமின் Tay Ninh பகுதிக்குள் நுழைந்தன, அங்கு அவர்கள் பல கிராமங்களைத் தாக்கி, அவர்களின் குடிமக்களைக் கொன்றனர்.

6. கம்போடிய - வியட்நாமியப் போர்

கம்போடிய—வியட்நாமியப் போர் என்பது போல்பாட்டின் கெமர் ரூஜ் மற்றும் வியட்நாம் சோசலிசக் குடியரசின் கட்டுப்பாட்டில் உள்ள ஜனநாயக கம்பூச்சியா இடையேயான ஆயுத மோதலாகும். வியட்நாமின் தென்மேற்கு எல்லையில் கம்பூச்சியாவின் விடுதலைப் படையின் தொடர்ச்சியான தாக்குதல்களுடன் போர் தொடங்கியது, குறிப்பாக 3,000 க்கும் மேற்பட்ட வியட்நாம் குடிமக்கள் கொல்லப்பட்ட பா சாக் படுகொலைகள். 23 டிசம்பர் 1978ல், கெமர் ரூஜின் ராணுவப் பிரிவுகளின் வியட்நாமிய மாகாணங்கள் மீது படையெடுக்கும் நோக்கத்துடன் துப்பாக்கிச் சூடு நடத்தியது. 25 டிசம்பர் 1978ல், வியட்நாம் கம்பூச்சியா மீது முழு அளவிலான படையெடுப்பைத் தொடங்கியது. அவ்வாறு செய்வதன் மூலம், வியட்நாம் கம்போடிய இனப்படுகொலைக்கு இறுதி முற்றுப்புள்ளி வைத்தது. இது பெரும்பாலும் 1.2 மில்லியன் முதல் 2.8 மில்லியன் மக்கள் அல்லது நாட்டின் மக்கள்தொகையில் 13 முதல் 30 சதவிகிதம் வரை கொல்லப்பட்டிருக்கலாம்.

வியட்நாம் போரின்போது, வியட்நாம் மற்றும் கம்போடிய கம்யூனிஸ்டுகள் அந்தந்த நாடுகளில் உள்ள அமெரிக்க ஆதரவு அரசாங்கங்களை எதிர்த்துப் போராட ஒரு கூட்டணியை உருவாக்கினர். வியட்நாமுடனான ஒத்துழைப்பு இருந்தபோதிலும், வியட்நாமிய கம்யூனிஸ்டுகள் இந்தோசீனக் கூட்டமைப்பை உருவாக்கத் திட்டமிட்டனர், இதனால் வியட்நாம் ஆதிக்கம் செலுத்தும் என்று கெமர் ரூஜ் தலைமை அஞ்சியது.

வியட்நாமியர்கள் தங்கள் மீது ஆதிக்கம் செலுத்துவதற்கான எந்தவொரு முயற்சியையும் முன்கூட்டியே தடுக்க, கெமர் ரூஜ் தலைமையானது, 1975ல் லோன் நோல் அரசாங்கம் சரணடைந்தது போல், வியட்நாமியப் பயிற்சி பெற்ற பணியாளர்களை அவர்களின் சொந்த அணிகளுக்குள் தூய்மைப்படுத்தத் தொடங்கியது. பின்னர், மே 1975ல், புதிதாக உருவாக்கப்பட்ட ஜனநாயக கம்பூச்சியா வியட்நாமைத் தாக்கத் தொடங்கியது.

சண்டைகள் இருந்தபோதிலும், மீண்டும் ஒன்றிணைக்கப்பட்ட வியட்நாம் மற்றும் கம்பூச்சியாவின் தலைவர்கள் 1976ம் ஆண்டு முழுவதும் பல ராஜதந்திரப் பரிமாற்றங்களைச் செய்து அவர்களுக்கு இடையே உள்ள வலுவான உறவுகளை முன்னிலைப்படுத்தினர். இருப்பினும், திரைக்குப் பின்னால், கம்பூச்சியன் தலைவர்கள் வியட்நாமிய விரிவாக்கம் குறித்து அஞ்சினார்கள். எனவே, 30 ஏப்ரல் 1977 அன்று, அவர்கள் வியட்நாம் மீது மற்றொரு பெரிய ராணுவத் தாக்குதலை நடத்தினர். கம்பூச்சியன் தாக்குதலால் அதிர்ச்சியடைந்த வியட்நாம் 1977ம் ஆண்டின் இறுதியில் கம்பூச்சியன் அரசாங்கத்தைப் பேச்சுவார்த்தைக்குக் கட்டாயப்படுத்தும் முயற்சியில் வேலைநிறுத்தத்தைத் தொடங்கியது. வியட்நாம் ராணுவம் ஜனவரி 1978ல் பின்வாங்கியது, அதன் அரசியல் நோக்கங்கள் அடையப்படாவிட்டாலும்; கெமர் ரூஜ் தீவிரமாக பேச்சுவார்த்தை நடத்த விரும்பவில்லை.

டிசம்பரில், வியட்நாம் 50,000 துருப்புக்களை கம்போடியாவிற்கு அனுப்பியது, அவை கம்போடியாவிற்குள் 12 மைல்கள் ஊடுருவியது. கம்போடியாவின் ராணுவம் ஒரு ஆக்ரோஷமான, செயலூக்கமான நிலைப்பாட்டை எடுக்குமாறு போல்பாட் கட்டளையிட்டார். கம்போடியப் படைகள் படையெடுப்பாளர்களுக்கு எதிராகப் போரிட்டன. வியட்நாமியத் துருப்புக்கள் செயல்படும் முன் அவர்கள் மீது தாக்குதல் நடத்தியது. 1978 ஜனவரியில், கம்போடிய ராணுவம் பல்வேறு வியட்நாமியக் கிராமங்களில் தாக்குதல்களை நடத்தியது. வியட்நாமிய பொலிட்பீரோ போல்பாட்டை அதிகாரத்தில் விட்டுவிடக் கூடாது, கம்போடிய ராணுவம் மேலும் வலுவடைவதற்கு முன்பு அவரை அதிகாரத்திலிருந்து அகற்ற வேண்டும் என்று முடிவு செய்தது.

1978ல், கம்போடிய அகதிகளுக்கான ராணுவப் பயிற்சி முகாம்களைத் தெற்கு வியட்நாமில் நிறுவியது, இது எதிர்காலக் கம்போடிய ஆட்சியின் கருவாக அமைந்தது. கம்போடிய

அரசும் போருக்குத் தயாரானது. கிழக்கு மண்டலத்தில் கம்போடியத் துருப்புக்கள் வியட்நாமிய ஊடுருவலை வெற்றிகரமாக எதிர்க்கத் தவறியது போல்பாட் அவர்களின் விசுவாசத்தைச் சந்தேகிக்க வைத்தது. அவர் கிழக்கு மண்டலத்தைத் தூய்மைப்படுத்த உத்தரவிட்டார், அப்பகுதியிலிருந்து 400க்கும் மேற்பட்ட CPK பணியாளர்கள் S-21க்கு அனுப்பப்பட்டனர். போல்பாட்டின் உத்தரவின் பேரில் அவர்கள் கொல்லப்படுவார்கள் என்பதை அறிந்த, கிழக்கு மண்டல துருப்புக்கள் கெமர் ரூஜ் அரசாங்கத்திற்கு எதிராகக் கிளர்ச்சி செய்யத் தொடங்கியது. கிளர்ச்சியாளர்களைத் தோற்கடிப்பதற்காக போல்பாட் கிழக்கு மண்டலத்திற்கு மேலும் துருப்புக்களை அனுப்பினார். கிளர்ச்சியாளர்களுக்குப் புகலிடம் இருப்பதாக நம்பப்படும் கிராமங்களில் வசிப்பவர்களைக் கொன்றுவிடுமாறு உத்தரவிட்டார். அரசாங்கத் துருப்புக்களில் இருந்து தப்பி, பல முன்னணிக் கிளர்ச்சியாளர்கள் வியட்நாமிற்குள் நுழைந்தனர்.

1978ம் ஆண்டின் தொடக்கத்தில், வியட்நாமுக்கு எதிரான தனது நிலைப்பாட்டை வலுப்படுத்த, தாய்லாந்து போன்ற பல்வேறு வெளிநாட்டு நாடுகளுடன் உறவுகளை மேம்படுத்துவதற்கு போல்பாட்டின் அரசாங்கம் முயன்றது. தென்கிழக்கு ஆசியாவில் உள்ள பல அரசாங்கங்கள் கம்போடியாவின் நிலைமைக்கு அனுதாபம் தெரிவித்தன. ஆனால், அதே சமயம் வியட்நாமிய விரிவாக்கம் மற்றும் சோவியத் செல்வாக்கின் தாக்கம் தங்கள் சொந்த நாடுகளில் ஏற்படும் என்று அஞ்சினர். கம்போடியர்களுக்கு ஆதரவாக இருந்தாலும், சீன அரசாங்கம் வியட்நாமுடனான ஒரு முழுமையான மோதல் சோவியத் யூனியனுடன் போரைத் தூண்டிவிடும் என்று அஞ்சி, கம்போடியாவிற்குள் தனது ராணுவத்தை அனுப்ப வேண்டாம் என்று முடிவு செய்தது. இதற்கிடையில், வியட்நாம் கம்போடியா மீது முழு அளவிலான ஆக்கிரமிப்புக்குத் திட்டமிட்டிருந்தது. 1978 டிசம்பரில், கெமர் நேஷனல் யுனைடெட் ஃபிரண்ட் ஃபார் நேஷனல் சால்வேஷன் (KNUFNS) என்ற அமைப்பைத் துவக்கியது, இது கம்போடிய நாடு கடத்தப்பட்டவர்களைக் கொண்ட குழுவாகும். இந்த வியட்நாமிய அச்சுறுத்தலுக்குப் பயந்து, போல்பாட் கருப்பு காகிதம் என்ற தலைப்பில் வியட்நாமிய எதிர்ப்பு துண்டுப்பிரதியை எழுதினார்.

அக்டோபரில் போல்பாட் நாட்டின் ராணுவத் தந்திரங்களை மாற்றி வியட்நாமிய ஊடுருவல்களைத் தடுக்கக்

கண்ணிவெடிகளைப் பயன்படுத்துவதை உள்ளடக்கிய ஒரு தற்காப்பு உத்தியைக் கடைப்பிடித்தார். கடுமையான இழப்புகளை ஏற்படுத்தும் நேரடி மோதல்களைத் தவிர்க்கவும், அதற்குப் பதிலாக கொரில்லா உத்திகளைக் கடைப்பிடிக்கவும் ராணுவத்துக்கு உத்தரவிட்டார். டிசம்பரில், வியட்நாமிய ராணுவம் முழு அளவிலான படையெடுப்பைத் தொடங்கி வடகிழக்கு கம்போடியாவை நோக்கி முன்னேறியது, டிசம்பர் 30 அன்று கிராட்டியையும், ஜனவரி 3 இல் ஸ்டங் ட்ரெங்கையும் கைப்பற்றியது. கம்போடிய ராணுவம் அவர்களைத் தடுக்கத் தவறியது. புனோம் பென் மீது தாக்குதல் ஏற்படும் என்பதால், போல்பாட் சிஹானூக் மற்றும் அவரது குடும்பத்தினரை தாய்லாந்திற்கு அனுப்ப உத்தரவிட்டார். ஜனவரி 7ம் தேதி, போல்பாட் மற்றும் பிற மூத்த அரசாங்கப் பிரமுகர்கள் நகரத்தை விட்டு வெளியேறி பர்சாத்துக்கு சென்றனர்.

கெமர் ரூஜ் புனோம் பென்னைக் காலி செய்த பிறகு, நகரத்தில் எஞ்சியிருந்த சில அரசாங்கப் பிரமுகர்கள் மட்டுமே, அதன் பாதுகாப்பை மேற்பார்வையிடும் பணியில் இருந்தனர். S-21 சிறை வியட்நாமியர்களால் கைப்பற்றப்படுவதற்கு முன்பு அங்கிருக்கும் அனைத்துக் கைதிகளையும் கொல்லுமாறு அதன் பணியாளர்களுக்கு உத்தரவிடப்பட்டது. வியட்நாமியர்கள் நெருங்கியதும், பல அதிகாரிகளும் நகரைக் காத்துக்கொண்டிருந்த மற்ற வீரர்களும் ஓடிவிட்டனர். பாதுகாப்பு ஒழுங்கற்றதாக இருந்தது. ஜனவரியில், வியட்நாம் ஒரு புதிய அரசாங்கத்தை நிறுவியது. பல கம்போடியர்கள் ஆரம்பத்தில் வியட்நாமியர்களை மீட்பர்கள் என்று பாராட்டினாலும், காலப்போக்கில் ஆக்கிரமிப்பு படைக்கு எதிரான வெறுப்பு வளர்ந்தது.

7. கம்போடிய இனப்படுகொலை

கம்போடிய இனப்படுகொலை என்பது 1975 ஏப்ரல் 17 முதல், 1979 ஜனவரி 7 வரை நடைபெற்ற போல்பாட் தலைமையிலான கெமர் ரூஜ் ஆட்சியின் மிகப்பெரிய குற்றங்களில் ஒன்று. இதில் இரண்டு மில்லியன் மக்கள் இறந்ததாக குறிப்பிடப்படுகிறது. போல்பாட்டின் ஆட்சிக் காலத்தில் கம்போடிய மக்கள் மீது கட்டாய உழைப்பு, வன்முறை, சித்திரவதை ஆகியவை கட்டவிழ்த்துவிடப்பட்டது. பட்டினியாலும், உடல்நலக் குறைபாடுகளாலும் பெரும்பாலான மக்கள் மரணமடைந்தனர். கட்டுப்பட மறுத்தவர்கள், பணி செய்ய இயலாத முதியவர்கள் ஆகியோர் இரக்கமின்றிக் கொல்லப்பட்டனர். இப்படிக் கொல்லப்பட்டவர்களின் எண்ணிக்கை அந்த நேரத்தில் கம்போடியாவின் மக்கள் தொகையில் கிட்டத்தட்ட 25 சதவிகித மக்கள் எனக் கூறப்படுகிறது. கம்போடிய இனப்படுகொலையானது, வர்க்கமற்ற விவசாயச் சமூகத்தை உருவாக்க முயற்சித்த கெமர் ரூஜ் சமூக திட்டத்தின் விளைவாகும்.

இனப்படுகொலைகளுக்கு முன்பு, கம்போடியா மன்னராட்சியில் இருந்தது. கம்போடிய முடியாட்சி ஒரு வலுவான தேசிய உணர்வையும் அரசாங்கத்திற்கு விசுவாசத்தையும் ஊக்குவித்தது. ஆனால் கடுமையான ஊழல் புகார்களால் அரசாங்கத்துக்கு எதிர்ப்பு வலுத்தது. நாட்டில் வருமானச் சமத்துவமின்மை அதிகமாக இருந்தது. நகர்ப்புறங்களில் வசிக்கும் கம்போடியர்கள் ஒப்பீட்டளவில் செல்வத்தையும் வசதியையும் அனுபவித்தனர். கிராமப்புற சமூகங்கள் பண்ணைகளில் கடுமையாக உழைத்தனர். இந்த வெளிப்படையான வர்க்கப் பிரிவு கம்போடியாவைப் புரட்சிக்கு உட்படுத்தியது.

புரட்சியின் மூலம் கெமர் ரூஜ் 1975ல் அதிகாரத்தைக் கைப்பற்றியது, நாட்டின் தலைவராக போல்பாட் நியமிக்கப்பட்டார்.

கெமர் ரூஜ் ஆட்சிக்கு வந்ததும், கம்போடியச் சமுதாயத்தை மறுசீரமைக்கப்போவதாக அறிவித்தனர். அதன் படி பொருள் நகரவாசிகள் கிராமப்புறங்களுக்கு இடமாற்றம் செய்யப்பட்டு அங்கு அவர்கள் கால்வாய்களைத் தோண்டுவது, பயிர்களை வளர்ப்பது என விவசாயிகளாக வேலை செய்யக் கட்டாயப்படுத்தப்பட்டனர். நாட்டின் தவறான பொருளாதார நிர்வாகம் உணவு மற்றும் மருந்து பற்றாக்குறைக்கு வழிவகுத்தது, எண்ணற்ற மக்கள் நோய் மற்றும் பட்டினியால் இறந்தனர். குடும்பங்கள் பிரிந்தன. கெமர் ரூஜ் வயது மற்றும் பாலினத்தைப் பொறுத்து தொழிலாளர் குழுக்களை உருவாக்கியது. இந்தக் கொள்கையின் விளைவாக நூறாயிரக்கணக்கான கம்போடியர்கள் பட்டினியால் இறந்தனர்.

மத மற்றும் இனச் சிறுபான்மையினர் துன்புறுத்தலை எதிர்கொண்டனர். கிறிஸ்தவ, பௌத்தக் குழுக்கள் அடக்குமுறைக்கு இலக்காகின. சாம் முஸ்லிம் மதத்தைச் சேர்ந்தவர்கள் இனப்படுகொலையால் கடுமையாகப் பாதிக்கப்பட்டனர் கம்போடியாவின் மொத்த சாம் மக்கள் தொகையில் எழுபது சதவிகிதம் மக்கள் அழிக்கப்பட்டனர். கெமர் ரூஜ் விவசாயிகளுக்கு அதிக முக்கியத்துவம் கொடுத்ததால், அறிவுஜீவி என்று கருதப்படும் எவரும் வன்முறைக்கு இலக்காகினர். ஆசிரியர்கள், வழக்கறிஞர்கள், மருத்துவர்கள், மதகுருமார்கள் போன்றோர் மரணதண்டனைக்கு உள்ளாக்கப்பட்டனர். கண்ணாடி அணிந்தவர்கள் கூட அறிஞர்களாகக் கருதப்பட்டுக் கொல்லப்பட்டனர்.

கெமர் ரூஜ், கம்போடியச் சமூகம் வெளிப்புறத் தாக்கங்களால் சிதைக்கப்பட்டதாகக் கருதினர். கலை, இலக்கியம், மத நடைமுறைகள் உட்பட மேற்கத்திய கலாசாரத்தின் ஆதாரங்களை அவர்கள் திட்டமிட்டு அழித்தனர். பாரம்பரியக் கலாசார வெளிப்பாடுகள் ஒடுக்கப்பட்டன. கலைஞர்கள், எழுத்தாளர்கள், அறிஞர்கள் போன்றோர் மரணதண்டனைக்கு இலக்காகினர். தனியார் சொத்து, பணம் மற்றும் மதம் ஒழிக்கப்பட்டன. இது பாரம்பரியத்தின் இழப்புக்கு வழிவகுத்தது.

விவசாயத் திட்டங்களில் ஈடுபடுவதற்காக நகர்ப்புற மக்கள் வலுக்கட்டாயமாகக் கிராமப்புறங்களுக்கு கொண்டு செல்லப்பட்டதால் நகரங்கள் காலியாகி, நகர்ப்புற வாழ்க்கை சீர்குலைந்தது. ஆட்சியின் தீவிரக் கொள்கைகள் பரவலான துன்பத்தையும், பட்டினியையும், நோயையும் ஏற்படுத்தியது. கெமர் ரூஜ் இன சிறுபான்மையினரை, குறிப்பாகச் சீன மற்றும் வியட்நாமியர்களைக் கடும் சித்திரவதைகள் மூலம் கொன்றது.

போல்பாட் தலைமையில் கெமர் ரூஜ் சர்வாதிகார ஆட்சி செய்தது, அதில் குடிமக்களுக்கு எந்த உரிமையும் இல்லை. அரசியல் உரிமைகள், தனியார் சொத்து, பணம், மத நடைமுறைகள், சிறுபான்மை மொழிகள் மற்றும் வெளிநாட்டு ஆடைகள் ஆகியவை ஒழிக்கப்பட்டன. சிறிய குற்றங்களுக்குக் கூட குடிமக்கள் கடுமையாகத் தண்டிக்கப்பட்டனர். அரசாங்கம் தலைநகர் புனோம் பென்னில் பரந்த சிறைகளை ஏற்படுத்தியது, அங்கு மக்கள் அடைத்து வைக்கப்பட்டு, சித்திரவதை செய்யப்பட்டு, தூக்கிலிடப்பட்டனர். இந்த சிறைச்சாலைகள் 'S-21' என்று அழைக்கப்பட்டது. அங்கு குற்றம் சாட்டப்பட்ட அரசாங்கத்தால் 'துரோகிகள்' எனத் தீர்ப்பளிக்கப்பட்டவர்கள் மற்றும் அவர்களது குடும்பத்தினர் கொண்டுவரப்பட்டு, புகைப்படம் எடுக்கப்பட்டு, சித்திரவதை செய்யப்பட்டு, கொல்லப்பட்டனர். நாடு முழுவதும் வெகுஜன புதைகுழிகள் இருந்தன, அவை 'கொலைக் களங்கள்' என்று அழைக்கப்பட்டன.

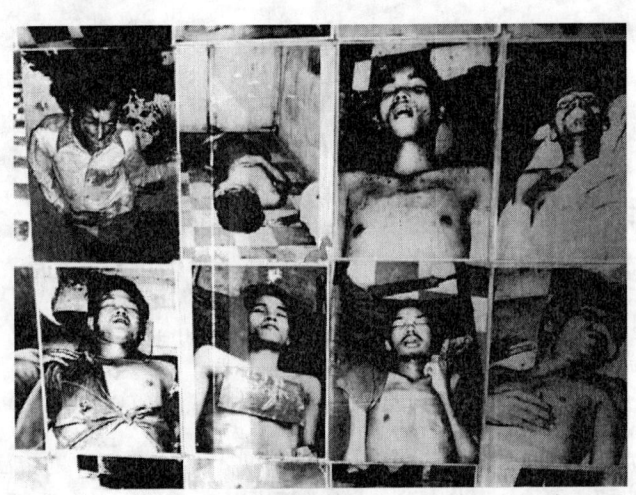

(நன்றி: விக்கிபீடியா)

கெமர் ரூஜ், கம்போடியாவின் குடிமக்கள் வெளிப்புறத் தாக்கங்களால், குறிப்பாக வியட்நாம் மற்றும் முதலாளித்துவ மேற்கு நாடுகளால் சிதைக்கப்பட்டுள்ளனர் என்று கருதினர். கெமர் ரூஜ் கொள்கைகளை அதனை ஆதரிக்கும் மக்களை 'தூய்மையான மக்கள்' என்று குறிப்பிட்டது. மேலும் அவர்கள் 'தூய்மையற்றவர்கள்' என்று கருதும் எவரையும் துன்புறுத்தினார்கள். அதிகாரத்துக்கு வந்த சில நாட்களுக்குள், கெமர் ரூஜ் ஆட்சி ஆயிரக்கணக்கான ராணுவ வீரர்களைக் கொன்று லட்சக்கணக்கான மக்களை நகரங்களிலிருந்து வலுக்கட்டாயமாக வெளியேற்றியது. மறுத்தவர்கள் கொல்லப்பட்டனர். குடிமக்கள் மறுகல்வி பள்ளிகள் என்று அழைக்கும் பள்ளிகளுக்கு அனுப்பப்பட்டனர். அவை அரசு பிரசார இடங்களாக இருந்தன. ஆட்சியானது குடும்பக் கட்டமைப்பை அழிப்பதற்காகக் குடும்பங்களைக் கூட்டாக வாழக் கட்டாயப்படுத்தியது. கெமர் ரூஜ் இன சிறுபான்மையினரைக் குறிவைத்தது, குறிப்பாகச் சீனர்கள், வியட்நாமியர்கள், சாம் முஸ்லீம் போன்ற இனத்தவர்கள் கொல்லப்பட்டனர்.

டிசம்பர் 25, 1978 அன்று வியட்நாம் கம்போடியா மீது படையெடுத்தது. வியட்நாமியர்கள் கெமர் ரூஜை அதிகாரத்திலிருந்து அகற்ற முயன்றனர். முதலில், கெமர் ரூஜ் ஆட்சியிலிருந்து தப்பியவர்கள் வியட்நாமியர்களை விடுதலையாளர்களாகக் கருதினர், ஆனால் அவர்கள் விரைவில் ஆக்கிரமிப்பாளர்களாகக் கருதப்பட்டனர். வியட்நாமியத் துருப்புக்கள் 1989 வரை நாட்டில் தங்கியிருந்தனர், 1980கள் முழுவதும் வியட்நாமியருக்கும் கம்போடியர்களுக்கும் இடையே ஆயுத மோதல்கள் நடந்தன.

மீண்டும் நிறுவப்பட்ட முடியாட்சியின் தலைமையில் சில ஜனநாயக அம்சங்களைக் கொண்ட ஒரு பிந்தைய போல்பாட் அரசாங்கம் பொறுப்பேற்றது. ஆயினும் கெமர் ரூஜ் மறைந்துவிடவில்லை.

அக்டோபர் 23, 1991 அன்று, கம்போடியாவில் பன்னிரண்டு ஆண்டுக்கால உள்நாட்டுப் போரை முடிவுக்குக் கொண்டுவந்து ஐக்கிய நாடுகள் சபை கம்போடிய அமைதி ஒப்பந்தம் உருவாக்கியது. கம்போடியா தற்காலிகமாகத் தேசிய கவுன்சில் மற்றும் கம்போடியாவின் ஐக்கிய நாடுகளின் போக்குவரத்து ஆணையத்தால் நிர்வகிக்கப்பட்டது. கம்போடிய இனப்படுகொலை இன்றும் கம்போடியாவில் தாக்கம் ஏற்படுத்துகின்றது. ஐக்கிய நாடுகள் சபையின் நடவடிக்கையின் ஒரு பகுதியாக 1993ல் அதன் அரசியலமைப்பு அங்கீகரிக்கப்பட்டதிலிருந்து கம்போடியா மீண்டும் ஜனநாயகத்திற்கு மாறியுள்ளது என்றாலும், நாடு அதன் கடந்த கால குற்றங்களில் இருந்து மீள்வதில் இன்றும் சிரமம் உள்ளது.

1997ல், கம்போடிய அரசாங்கம் கெமர் ரூஜின் மூத்த உறுப்பினர்கள் மீது வழக்குத் தொடர ஐக்கிய நாடுகள் சபையை அணுகியது. 1979ல் வியட்நாமியர்கள் ஆட்சியைப் பிடித்த பிறகு, பல தலைவர்கள் விசாரிக்கப்பட்டனர், ஆனால் முறையாக தண்டிக்கப்படவில்லை. கம்போடியாவில் உள்ள நீதிமன்றங்கள் குற்றங்களுக்கு உடந்தையாக இருந்த ஆட்சியின் மூத்த உறுப்பினர்களை அடையாளம் காண முயன்றன. அது கெமர் ரூஜின் ஐந்து உறுப்பினர்கள் மீது குற்றஞ்சாட்டியுள்ளது. அவர்களில் மூன்று பேர் குற்றவாளிகள் என்று நிரூபிக்கப்பட்டு தற்போது ஆயுள் தண்டனை அனுபவித்து வருகின்றனர். ஒருவர் விசாரணையின் போது இறந்துவிட்டார். பாதிக்கப்பட்டவர்களுக்கு ஆதரவை வழங்குவதற்கும் குற்றங்களை ஆவணப்படுத்துவதற்கும் நீதிமன்றங்கள் பணிபுரிகின்றன.

இனப்படுகொலையுடன் தொடர்புடைய பல இடங்கள் இப்போது பிரபலமான சுற்றுலா தளங்களாக உள்ளன. Tuol—Sleng அருங்காட்சியகம் முன்னாள் S21 சிறைச்சாலையில் உள்ளது, இது பல மரணதண்டனைகளின் சாட்சியாகவும் கெமர் ரூஜ் செய்த கொடூரமான குற்றங்களைக் காட்சிப்படுத்தவும் பயன்படுகிறது. இந்த அருங்காட்சியகம் வியட்நாமியர்களால் உருவாக்கப்பட்டது. இன்றும் வெகுஜனப் புதைகுழிகளில் அமைந்துள்ள நூற்றுக்கணக்கானவர்களின் புதைகுழிகள் அடையாளம் காணப்படுகின்றன.

8. போல்பாட்டின் கொள்கைகள்

போல்பாட்டின் இரக்கமற்ற தன்மை அவரது மிகவும் வரையறுக்கப்பட்ட பண்பு. லட்சக்கணக்கான கம்போடியர்களின் இறப்புக்கு வழிவகுத்த கொள்கைகளைச் செயல்படுத்துவதற்கு அவர் காரணமாக இருந்தார். பாரிய படுகொலைகள், கட்டாய உழைப்பு மற்றும் சித்திரவதைகள் அவரது தலைமையின் கீழ் வழக்கமானவை. அவர் மனித உயிரையும் கண்ணியத்தையும் முற்றிலும் புறக்கணித்தார்.

தீவிர கம்யூனிஸ சித்தாந்தத்தின் மீதான போல்பாட்டின் அசைக்க முடியாத ஈடுபாடு அவர் ஏற்படுத்திய துன்பங்களுக்கு முக்கிய உந்து சக்தியாக இருந்தது. நகர்ப்புற மக்களை வலுக்கட்டாயமாகக் கிராமப்புறத் தொழிலாளர் முகாம்களுக்கு மாற்றுவதன் மூலம் வர்க்கமற்ற விவசாயச் சமூகத்தை உருவாக்க அவர் முயன்றார். அவரது தீவிரக் கருத்தியல் நம்பிக்கைகள் அவரது எதேச்சதிகாரத்தையும் தனிப்பட்ட உரிமைகள் மீதான புறக்கணிப்பையும் தூண்டின. போல்பாட்டின் தலைமை சர்வாதிகார ஆட்சியால் குறிக்கப்பட்டது. அங்கு வாழ்க்கையின் ஒவ்வொரு அம்சமும் அரசாங்கத்தால் இறுக்கமாகக் கட்டுப்படுத்தப்பட்டது. கருத்துச் சுதந்திரம், மதம், சங்கச் சுதந்திரம் ஆகியவை நசுக்கப்பட்டன. ஆட்சி சிந்தனைக் கட்டுப்பாடு, தணிக்கை மற்றும் அச்சம் மற்றும் கண்காணிப்புச் சூழலைத் திணித்தது.

வரலாற்றில் மிகக் கொடூரமான இனப்படுகொலைகளில் ஒன்றை போல்பாட் ஆட்சி நடத்தியது. அறிவுஜீவிகள், தொழில் வல்லுநர்கள் மற்றும் ஆட்சிக்கு அச்சுறுத்தலாகக் கருதப்படும் எவரும் திட்டமிட்டுக் கொல்லப்பட்டனர்.

போல்பாட்டின் ஆட்சி கம்போடியாவின் கலாசார அறிவுசார் பாரம்பரியத்தை அழிக்க முயன்றது. பாரம்பரிய நடைமுறைகள், மத நிறுவனங்கள், கல்வி முறைகள் போன்றவை திட்டமிட்டு அழிக்கப்பட்டன. இந்தக் கலாசார அழிவு கம்போடியச் சமூகத்தில் நீடித்த விளைவுகளை ஏற்படுத்தியது.

போல்பாட்டின் வெளியுறவுக் கொள்கைகள் அண்டை நாடுகளுடன், குறிப்பாக வியட்நாம் மீதான தனிமைப்படுத்தல் மற்றும் குரோதத்தால் வகைப்படுத்தப்பட்டன. அவரது ஆட்சியின் நடவடிக்கைகள் வியட்நாமுடனான மோதல்களுக்கு வழிவகுத்து பிற நாடுகளுடனான உறவுகளைச் சீர்குலைத்தது. இது கம்போடியாவின் சர்வதேச தனிமைப்படுத்தலுக்குப் பங்களித்தது. போல்பாட் ஆட்சியில் கம்போடியாவின் பொருளாதாரம் சரிந்தது. அவரது கூட்டுமயமாக்கல் மற்றும் கட்டாய உழைப்பு கொள்கைகள் உணவுப் பற்றாக்குறை, பஞ்சம் மற்றும் பொருளாதாரப் பேரழிவுக்கு வழிவகுத்தன. பல கம்போடியர்கள் ஊட்டச்சத்துக் குறைபாடு மற்றும் பட்டினியால் பாதிக்கப்பட்டனர்.

போல்பாட்டின் தலைமை கெமர் ரூஜ் அணிகளுக்குள் கருதப்பட்ட போட்டியாளர்களை அகற்றுவதன் மூலம் குறிக்கப்பட்டது. நெருங்கிய கூட்டாளிகள் மீது கூட அவர் கொண்டிருந்த சந்தேகமும் அவநம்பிக்கையும் தனது அதிகாரத்திற்கு அச்சுறுத்தல்கள் என்று அவர் கருதியவர்களை அகற்ற வழிவகுத்தது. அவரது ஆட்சியில் உயிர் பிழைத்தவர்கள் தாங்கள் அனுபவித்த கொடுமைகளின் உடல் மற்றும் உளவியல் வடுக்களுடன் தொடர்ந்து போராடி வருகின்றனர். கம்போடியாவின் சமூகக் கட்டமைப்பு அவரது கொள்கைகளால் சிதைக்கப்பட்டது. போல்பாட்டின் தீய குணங்கள் எண்ணற்றவை. அவை மோசமானவை. அவரது தலைமைத்துவம் அதீத இரக்கமின்மை, கருத்தியல் வெறி மற்றும் மனித உரிமைகள் மற்றும் கண்ணியத்தை முற்றிலும் புறக்கணிப்பது ஆகியவற்றால் குறிக்கப்பட்டது.

கெமர் ரூஜ், படையெடுப்பிற்கு எதிரான ஆதரவிற்காகச் சீனாவை நோக்கித் திரும்பியது. அங்கு, வியட்நாமியருக்கு எதிரான கொரில்லாப் போரைத் தொடரவும், படையெடுப்பாளர்களுக்கு எதிராக ஒரு பரந்த கம்யூனிஸ்ட் அல்லாத முன்னணியை நிறுவவும் கெமர் ரூஜை டெங் வலியுறுத்தினார். சிஹானூக்கிற்கு முக்கியப் பங்கு

வழங்கப்பட்டது. தாய்லாந்து வழியாக கெமர் ரூஜிற்கு ஆயுதங்களை அனுப்புவது தொடர்பாகப் பேச்சுவார்த்தை நடத்தச் சீனா அதன் துணைப் பிரதமரான ஜெங் பியாவோவை தாய்லாந்துக்கு அனுப்பியது. தாய்லாந்து எல்லைக்கு அருகில் உள்ள கெமர் ரூஜ் முகாம்களுடன் தங்குவதற்குச் சீனாவும் தூதர்களை அனுப்பியது. மார்ச் மாதம் சீன அரசாங்கம் இந்தத் தூதர்களை அவர்களின் பாதுகாப்பிற்காகத் திரும்பப் பெறுவதற்கு முன்பு போல்பாட் இருமுறை சந்தித்தார்.

சீனாவில், கெமர் ரூஜ் 'வாய்ஸ் ஆஃப் டெமாக்ரடிக் கம்பூச்சியா' (Voice of Democratic Kampuchea) வானொலி நிலையத்தை அமைத்தனர், இது உலகத்துடன் தொடர்புகொள்வதற்கான வழியாக இருந்தது. 1979 ஜூலையில், போல்பாட் மவுண்ட் டோமின் மேற்குப் பகுதியில் அலுவலகம் 131 என்ற புதிய தலைமையகத்தை நிறுவினார். அவர் 'போல்பாட்' என்ற பெயரைக் கைவிட்டு, தன்னை 'பெம்' என்று அழைக்கத் தொடங்கினார். செப்டம்பர் 1979ல், வியட்நாமிய ஆக்கிரமிப்பை எதிர்த்த அனைத்துக் கம்போடியர்களையும் ஒன்றிணைத்து, தேசபக்தி ஜனநாயக முன்னணி என்ற புதிய ஐக்கிய முன்னணியை கெமர் ரூஜ் அறிவித்தது. மூத்த கெமர் ரூஜ் உறுப்பினர்கள் சோசலிசத்தின் காரணத்தை மறுக்கத் தொடங்கினர். குழு உறுப்பினர்கள் சீரான கருப்பு ஆடைகளை அணிவதை நிறுத்தினர். போல்பாட் சஃபாரி உடைகளை அணியத் தொடங்கினார். மரணதண்டனையை நிறுத்த உத்தரவிட்டார். நவம்பர் 1979ல், ஐக்கிய நாடுகளின் பொதுச் சபையானது வியட்நாமிய ஆதரவு அரசாங்கத்தை விட, கெமர் ரூஜ் பிரதிநிதிகளை கம்போடியாவின் சட்டப்பூர்வமான அரசாங்கமாக அங்கீகரிப்பதாக வாக்களித்தது. டிசம்பரில், ஜனநாயகக் கட்சியின் கம்பூச்சியாவின் பிரதம மந்திரி போல்பாட்டை சாம்பன் மாற்றினார், இது போல்பாட் போர் முயற்சியில் கவனம் செலுத்த அனுமதித்தது மேலும், கெமர் ரூஜின் இமேஜை மேம்படுத்தும் வகையில் இது வடிவமைக்கப்பட்டது.

1980ம் ஆண்டின் முற்பகுதியில் கெமர் ரூஜ் அதன் ராணுவக் கட்டமைப்பை மீண்டும் கட்டியெழுப்பியது. பல இளம் கம்போடியர்கள் வியட்நாமிய ராணுவத்தை விரட்ட விரும்பி, கெமர் ரூஜ் படைகளில் சேர்ந்தனர். ஆண்டின் நடுப்பகுதியில், கம்போடியாவில் 40,000 துருப்புக்கள் செயல்படுவதாக கெமர் ரூஜ் அறிவித்தது. கம்போடிய மக்களிடையே மக்கள் ஆதரவை

ஈர்ப்பதே போல்பாட்டின் முக்கிய குறிக்கோளாக இருந்தது, போரில் வெற்றி பெற இது மிகவும் முக்கியமானது என்று அவர் நம்பினார். 1981 ஆகஸ்ட், அவர் பேங்காக் வழியாக பெய்ஜிங்கிற்குச் சென்றார், அங்கு அவர் டெங் மற்றும் ஜாவோ ஜியாங்கைச் சந்தித்தார். டிசம்பர் 1981ல், போல்பாட் கம்பூசியாவின் கம்யூனிஸ்ட் கட்சியைக் கலைக்க முடிவு செய்தார். இது கட்சியின் உறுப்பினர்களிடையே மிகக் குறைந்த விவாதத்துடன் எடுக்கப்பட்ட முடிவு, அவர்களில் சிலர் அதிர்ச்சியடைந்தனர். இந்தக் கலைப்பு ஒரு தந்திரம் என்று நம்பினர்.

போல்பாட் கட்சிக்குப் பதிலாகத் தேசியவாதிகளின் புதிய இயக்கத்தை முன்மொழிந்தார், இருப்பினும் இது முழுமையாகச் செயல்படத் தவறியது. CPK ஸ்டாண்டிங் கமிட்டிக்கு பதிலாக ராணுவ இயக்குநரகம் அமைக்கப்பட்டது, அதன் கவனம் வியட்நாமியர்களை வெளியேற்றுவதில் இருந்தது. அவரது வியட்நாமிய எதிர்ப்பு ராணுவம் பல முதலாளித்துவ நாடுகளால் ஆதரிக்கப்பட்டது, வியட்நாமியர்கள் பெரும்பாலான மார்க்சிய—ஆளப்பட்ட நாடுகளால் ஆதரிக்கப்பட்டனர். சித்தாந்த மாற்றத்தைப் பிரதிபலிக்கும் வகையில், கெமர் ரூஜ் மத்தியில், கூட்டு உணவு நிறுத்தப்பட்டது, தனிப்பட்ட உடைமைகள் மீதான தடை நீக்கப்பட்டது, மேலும் குழந்தைகள் மீண்டும் பெற்றோருடன் வாழ அனுமதிக்கப்பட்டனர். போல்பாட் தனது முந்தைய நிர்வாகம் மிகவும் இடதுசாரியாக இருந்ததாகவும், தன்னைச் சுற்றியுள்ள துரோகிகள் மீது அதிக நம்பிக்கை வைத்திருந்ததால் தவறு செய்ததாகவும் கூறினார்.

போல்பாட் மற்றும் கெமர் ரூஜ் பல ஆண்டுகளாகச் சீன கம்யூனிஸ்ட் கட்சி (CCP) மற்றும் அதன் தலைவர் மாவோ சேதுங் ஆகியோரால் ஆதரிக்கப்பட்டது. கெமர் ரூஜ் நாட்டை ஒரு விவசாய சோசலிசக் குடியரசாக மாற்ற விரும்பியது, இது தீவிர மாவோயிசத்தின் கொள்கைகளின் அடிப்படையில் நிறுவப்பட்டது மற்றும் கலாசாரப் புரட்சியால் தாக்கம் பெற்றது. போல்பாட் மற்றும் பிற கெமர் ரூஜ் அதிகாரிகள் மாவோவை சந்தித்தனர். 1976ம் ஆண்டில், போல்பாட் நாட்டை ஜனநாயகக் கம்பூச்சியா என்று மறுபெயரிட்டார்.

போல்பாட்டின் முதன்மையான கொள்கை தீவிர கம்யூனிஸச் சித்தாந்தத்தைக் கடைப்பிடிப்பதுதான். முதலாளித்துவத்தைத் தூக்கியெறிவதன் மூலம் வர்க்கமற்ற சமூகத்தை ஸ்தாபிக்க அழைப்பு விடுத்த மார்க்சிய—லெனினிய சிந்தனையால்

பெரிதும் ஈர்க்கப்பட்டார். தனியார் சொத்துடைமையை ஒழிப்பதிலும், வளங்களின் கூட்டு உடைமையிலும் அவர் நம்பிக்கை கொண்டிருந்தார். போல்பாட்டின் கொள்கைகள் வர்க்கப் போராட்டத்தைச் சமூக மாற்றத்திற்கான உந்து சக்தியாக வலியுறுத்தின. அவர் கம்போடியாவை வர்க்கத்தால் பிளவுபட்ட சமூகமாகப் பார்த்தார். உணரப்பட்ட முதலாளித்துவ வர்க்கம் மற்றும் அறிவுசார் மேட்டுக்குடியினரைக் குறிவைப்பதன் மூலம் சமூக படிநிலைகளை அகற்ற முயன்றார். அவரது கொள்கைகள் புரட்சியின் எதிரிகளாகக் கருதப்பட்டவர்களைப் துடைத்தெறிந்து தூக்கிலிடுவதற்கு வழிவகுத்தன.

போல்பாட் ஆட்சியின் மையக் கொள்கைகளில் ஒன்று விவசாயப் புரட்சியைத் தொடர்வது. நகரமயமாக்கல் மற்றும் நவீனமயமாக்கலை நிராகரித்து கம்போடியாவைத் தன்னிறைவு பெற்ற, கிராமப்புற அடிப்படையிலான சமூகமாக மாற்றுவதை அவர் நோக்கமாகக் கொண்டார். இந்தத் தொலைநோக்குப் பார்வை லட்சக்கணக்கான கம்போடியர்கள் கிராமப்புற தொழிலாளர் முகாம்களுக்கு வலுக்கட்டாயமாக இடம்பெயர வழிவகுத்தது. அங்கு அவர்கள் கடுமையான விவசாய வேலைகளுக்கு உட்படுத்தப்பட்டனர்.

போல்பாட்டின் கொள்கைகள் சமூகத்தின் ஒவ்வொரு அம்சத்தின் மீதும் சர்வாதிகாரக் கட்டுப்பாட்டின் அவசியத்தை வலியுறுத்தின. பொருளாதார நடவடிக்கைகளை மட்டுமல்ல, தனிப்பட்ட வாழ்க்கை, உறவுகள் மற்றும் எண்ணங்களையும் கூட கட்டளையிடும் ஒரே அதிகாரமாக அரசு மாறியது. கருத்துச் சுதந்திரமும் தனிமனிதச் சுதந்திரமும் கொடூரமாக ஒடுக்கப்பட்டன. போல்பாட்டின் கொள்கைகள் அண்டை நாடுகள் மற்றும் சர்வதேசச் சமூகத்திற்கு விரோதமான நிலைப்பாட்டால் வகைப்படுத்தப்பட்ட தனிமைப்படுத்தல் கொள்கை வரை நீட்டிக்கப்பட்டன. அவரது ஆட்சி கம்போடியாவை உலகிலிருந்து துண்டித்தது, அதன் குடிமக்களின் துன்பத்தை அதிகரித்தது மற்றும் சர்வதேசக் கண்டனத்திற்கு வழிவகுத்தது.

கெமர் ரூஜ் ஆட்சியானது, முன்னாள் கம்போடிய அரசாங்கத்துடன் தொடர்பு வைத்திருப்பதாகச் சந்தேகிக்கப்படும் எவரையும், வெளிநாட்டு அரசாங்கங்களுடனும், தொழில் வல்லுநர்கள், புத்திஜீவிகள், பௌத்தத் துறவிகள் மற்றும் இன சிறுபான்மையினருடன் தொடர்பு கொண்டதாகச் சந்தேகிக்கப்படும் எவரையும் கைது செய்து தூக்கிலிட்டது. கண்ணாடி அணிவது அல்லது பல

மொழிகளைப் பேசுவது போன்ற அறிவுசார் குணங்களைக் கொண்டவர்கள் கெமர் ரூஜுக்கு எதிராகக் கிளர்ச்சி செய்வார்கள் என்ற பயத்தில் தூக்கிலிடப்பட்டனர். பிரிட்டிஷ் சமூகவியலாளர் மார்ட்டின் ஷா கம்போடிய இனப்படுகொலையை 'பனிப்போர் காலத்தின் தூய்மையான இனப்படுகொலை' (The purest genocide of the Cold War era - Martin Shaw) என்று விவரித்தார். படுகொலை செய்தவர்களும் பாதிக்கப்பட்டவர்களும் பெரும்பாலும் ஒரே இனக்குழுவைச் சேர்ந்தவர்கள் என்பதால், இனப்படுகொலையின் தனித்துவமான தன்மையை விவரிக்க ஆட்டோஜெனோசைட் (Auto-genocide) என்ற சொல் உருவாக்கப்பட்டது. நகர்ப்புற கெமர் மக்களில் 500,000 பேர் வரை கெமர் ரூஜ் ஆட்சியின் கீழ் அழிந்தனர். கிராமப்புற கெமர் மக்களில் 825,000 பேர் கொல்லப்பட்டனர்.

வியட்நாமிய இனத்தவர், தாய்லாந்து இனத்தவர், சீன இனத்தவர், சாம் இனத்தவர், கம்போடியக் கிறிஸ்தவர்கள், சிறுபான்மையினர் எனப் பலரும் இனப்படுகொலைக்கு இலக்காகினர். கெமர் ரூஜ் சிறுபான்மையினரை வலுக்கட்டாயமாக இடமாற்றம் செய்து அவர்களின் மொழிகளைத் தடை செய்தது. ஆணையின் மூலம், கம்போடியாவின் மக்கள்தொகையில் 15% ஆன 20க்கும் மேற்பட்ட சிறுபான்மை குழுக்களின் இருப்பை கெமர் ரூஜ் தடை செய்தது.

போல்பாட்டின் கொள்கைகளில் ஒரு தீவிரக் கலாசாரப் புரட்சியும் அடங்கும். பாரம்பரிய நடைமுறைகள், மத

நிறுவனங்கள், கல்வி முறைகள் ஆகியவை திட்டமிட்டு அழிக்கப்பட்டன அல்லது ஒடுக்கப்பட்டன. இந்தக் கலாசார அழிவு கம்போடியச் சமூகத்தில் நீடித்த விளைவுகளை ஏற்படுத்தியது. போல்பாட்டின் கொள்கைகளை மற்ற நாடுகளுக்குப் பயன்படுத்துவதைப் பொறுத்தவரை, அவரது பார்வையும் கொள்கைகளும் கம்போடியாவின் வரலாற்று, சமூக மற்றும் அரசியல் சூழலுக்குத் தனித்துவமாக வடிவமைக்கப்பட்டுள்ளன என்பதைக் கவனத்தில் கொள்ள வேண்டியது அவசியம்.

கோவில்கள் மற்றும் மத கலைப்பொருட்கள் அழிக்கப்பட்டன, புத்தகங்கள் எரிக்கப்பட்டன, கல்வி முற்றிலும் அழிக்கப்பட்டது. கலாசார மற்றும் அறிவுசார் ஒடுக்குமுறை வன்முறையால் திணிக்கப்பட்டது, மேலும் பாரம்பரியப் பழக்கவழக்கங்கள் அல்லது மதத்தைப் பின்பற்றும் எவரும் தண்டனைக்கு உட்படுத்தப்பட்டனர். போல்பாட்டின் ஆட்சி வாழ்க்கையின் அனைத்து அம்சங்களிலும் சர்வாதிகாரக் கட்டுப்பாட்டைக் கொண்டிருந்தது. கருத்துச் சுதந்திரம், இயக்கம், சங்கச் சுதந்திரம் ஆகியவை ஒழிக்கப்பட்டன. தனிநபர்கள் தொடர்ச்சியான கண்காணிப்பு மற்றும் சிந்தனைக் கட்டுப்பாட்டுக்கு உட்படுத்தப்பட்டனர்.

ஒற்றர்கள் மற்றும் தகவல் அளிப்பவர்களின் பரந்த வலைப்பின்னலை ஆட்சி பராமரித்து வந்தது. அவர்கள் எந்தவொரு மாற்றுக் கருத்து வேறுபாடுகளையும் தெரிவித்தனர். கீழ்ப்படியாமை, விசுவாசமின்மை போன்றவை மரணதண்டனை, சித்திரவதை உள்ளிட்ட கடுமையான தண்டனையை எதிர்கொண்டது. போல்பாட்டின் புதிய முன்முயற்சிகள் கம்போடியச் சமூகத்தை அவரது தீவிர கம்யூனிஸச் சித்தாந்தத்திற்கு ஏற்ப மாற்றுவதை நோக்கமாகக் கொண்ட தீவிரக் கொள்கைகளால் வகைப்படுத்தப்பட்டன. இந்த முன்முயற்சிகள் கொடூரமாகவும் இரக்கமற்ற முறையிலும் செயல்படுத்தப்பட்டது, இதில் கட்டாய வெளியேற்றம், தொழிலாளர் முகாம்கள், கூட்டுமயமாக்கல், அறிவுசார்—விரோத சுத்திகரிப்புகள், கலாசார ஒடுக்குமுறை மற்றும் சர்வாதிகாரக் கட்டுப்பாடு ஆகியவை அடங்கும்.

கம்போடிய இனப்படுகொலை என்று அவ்வப்போது குறிப்பிடப்படும் இந்த முன்முயற்சிகளால் ஏற்பட்ட துன்பம் மற்றும் பேரழிவு, சுமார் 1.7 மில்லியன் மக்களின் இறப்புக்கு வழிவகுத்து கம்போடியாவின் வரலாற்றில் அழிக்க முடியாத வடுவை விட்டுச் சென்றது.

1982ம் ஆண்டு ஜூன் மாதம், கோலாலம்பூரில் நடந்த ஒரு நிகழ்வில், புனோம் பென் நிர்வாகத்திற்கு மாற்றாக ஜனநாயக கம்பூச்சியா (CGDK) கூட்டணி அரசாங்கத்தை அமைப்பதாக அறிவித்த பிரிவுகளில் கெமர் ரூஜ்களும் இருந்தனர். மேலும் இதில் தேசிய ராணுவம், சோன் சென்னின் கெமர் மக்கள் தேசிய விடுதலை முன்னணி ஆகியவை அடங்கும். 1983ல், போல்பாட் மருத்துவப் பரிசோதனைக்காக பாங்காக் சென்றார், அங்கு அவருக்கு ஹாட்ஜ்கின் (Hodgkin) நோய் இருப்பது கண்டறியப்பட்டது.

செப்டம்பர் 1985ல், போல்பாட் சோன் சென்னுக்கு ஆதரவாக கெமர் ரூஜ் படைகளின் தளபதி பதவியை ராஜினாமா செய்தார். பின்னர் அவர் ராணுவ மருத்துவமனையில் புற்றுநோய் சிகிச்சை பெற பெய்ஜிங்கிற்குச் சென்று 1988ம் வருடம் கம்போடியாவுக்குத் திரும்பினார். 1988ல், வியட்நாமிய எதிர்ப்புப் பிரிவுகள் புனோம் பென் அரசாங்கத்துடன் பேச்சுவார்த்தையில் ஈடுபட்டன. போருக்குப் பிந்தைய எந்தவொரு தேர்தலிலும் கெமர் ரூஜ் கணிசமான ஆதாயங்களைப் பெறுவதற்குப் போதுமான மக்கள் ஆதரவைப் பெறவில்லை என்று போல்பாட் கருதினார்.

பெர்லின் சுவரின் வீழ்ச்சியும், பனிப்போரின் முடிவும் கம்போடியாவிற்குப் பின்விளைவுகளை ஏற்படுத்தியது. சோவியத் யூனியன் இனி அச்சுறுத்தலாக இல்லாத நிலையில், அமெரிக்காவும் அதன் நட்பு நாடுகளும் கம்போடியாவில் வியட்நாமிய ஆதிக்கத்தை ஒரு பிரச்சினையாகக் கருதவில்லை. ஐநா பொதுச்சபையில் கம்போடியாவின் சட்டப்பூர்வமான அரசாங்கமாக CGDKஐ அங்கீகரிக்கவில்லை என்று அமெரிக்கா அறிவித்தது. ஜூன் மாதத்தில், பல்வேறு கம்போடியப் பிரிவுகள் போர்நிறுத்தத்திற்கு ஒப்புக்கொண்டன, ஐக்கிய நாடுகள் சபையின் மேற்பார்வையில், ஜனநாயகத் தேர்தல்களை நடைமுறைப்படுத்துவதற்கு வசதியாக ஒரு புதிய உச்சத் தேசிய கவுன்சில் அமைக்கப்பட்டது. போல்பாட் இந்த நிபந்தனைகளுக்கு ஒப்புக்கொண்டார், அவர் மறுத்தால் மற்ற பிரிவுகள் அனைத்தும் கெமர் ரூஜுக்கு எதிராக ஒன்றுபடும் என்று அஞ்சினார். நவம்பரில் கம்போடியாவுக்குத் திரும்பிய சிஹானூக் கெமர் ரூஜ் தலைவர்கள் அவர்களின் செய்த குற்றங்களுக்காக விசாரணைக்கு உட்படுத்தப்பட வேண்டும் என்று கூறினார்.

போல்பாட் ஒரு புதிய தலைமையகத்தைக் கம்போடிய எல்லையான பெய்லின் மாகாணத்திற்கு அருகில் நிறுவினார்.

கம்போடியாவின் கிராமங்கள் முழுவதும் ஆதரவைப் பெறுவதற்கு கெமர் ரூஜ் முயற்சிகளை எடுத்தது. 1993 ஜனவரியில், பெய்ஜிங்கிற்குத் திரும்பிய சிஹானூக் கம்போடியா தேர்தலுக்குத் தயாராக இல்லை என்று அறிவித்தார். கெமர் ரூஜ், கம்போடியத் தேசிய ஒற்றுமைக் கட்சி என்ற புதிய கட்சியை உருவாக்கியது, அதன் மூலம் தேர்தலில் பங்கு பெறலாம் என நினைத்தது, ஆனால் மார்ச் மாதம் போல்பாட் அவர்கள் வாக்களிப்பைப் புறக்கணிப்பதாக அறிவித்தார்.

மே 1993 தேர்தல்களில், நரோடோம் ரனாரித்தின் FUNCINPEC தேசியக் கட்சி சட்டமன்றத்தில் 120 இடங்களில் 58 இடங்களை வென்றது; ஹுன் சென்னின் கம்போடிய மக்கள் கட்சி இரண்டாவது இடத்தைப் பிடித்தது. வியட்நாமியர்களால் ஆதரிக்கப்பட்ட சென், தோல்வியை ஒப்புக்கொள்ள மறுத்துவிட்டார். சிஹானூக் இரு கட்சிகளுக்கு இடையே ஒரு கூட்டணி அரசாங்கத்தை அமைப்பது குறித்து பேச்சுவார்த்தை நடத்தி கம்போடியாவில் ரனாரித் மற்றும் சென் ஆகிய இரண்டு பிரதமர்கள் இருக்கும் முறையை அறிமுகப்படுத்தினார். புதிய கம்போடியத் தேசிய ராணுவம் பின்னர் கெமர் ரூஜ் மீது தாக்குதலைத் தொடங்கியது. ஆகஸ்ட் மாதத்திற்குள், அது புனோம் சாட்டைக் கைப்பற்றியது, போல்பாட் மீண்டும் தாய்லாந்திற்குத் தப்பி ஓடினார். 1994ம் ஆண்டு மே மாதம் கெமர் ரூஜ் ஒரு எதிர்த் தாக்குதலைத் தொடங்கியது.

1996ம் வருடம், கெமர் ரூஜ் மத்தியில் கலகம் வெடித்தது, ஆகஸ்ட் மாதம் Ieng Sary, Y Chhean மற்றும் Sok Pheap இயக்கத்திலிருந்து பிரிந்து, அவர்களுக்கு விசுவாசமான சுமார் 4,000 வீரர்களுடனும் துருப்புகளுடனும் வெளியேறினர், 1996ம் ஆண்டின் இறுதியில், கம்போடியாவின் உள்பகுதியில் தன்வசம் வைத்திருந்த அனைத்துப் பகுதிகளையும் கெமர் ரூஜ் இழந்தது. போல்பாட்டின் உடல்நிலை மோசமடைந்தது. பக்கவாதத்தால் அவரது உடலின் இடது பக்கம் செயலிழந்தது அவர் தனது குடும்பத்தினருடன், குறிப்பாக அவரது மகளுடன் அதிக நேரத்தைச் செலவிட்டார். விரைவிலேயே போல்பாட் வீட்டுக் காவலில் வைக்கப்பட்டார்.

போல்பாட் வீட்டுக் காவலில் இருந்த சமயம் அமெரிக்கப் பத்திரிகையாளர் நேட் தாயர் (Nate Thayer) போல்பாட்டின் கடைசி நேர்காணலை நடத்தினார். போல்பாட் அந்த நேர்காணலில் 'எனது மனசாட்சி தெளிவாக உள்ளது.

தவறுகள் நடந்திருக்கலாம். ஆனால், நான் செய்த அனைத்தையும் என் நாட்டிற்காகச் செய்தேன். மில்லியன்கள் இறந்தார்கள் என்று சொல்வது மிக அதிகம்' என்று கூறினார். அவர் மில்லியன் கணக்கானவர்கள் இறந்த கருத்தை நிராகரித்தார்.

ஜூலை பிற்பகுதியில், போல்பாட் மற்றும் அவருக்கு விசுவாசமாக இருந்த மூன்று கெமர் ரூஜ் தளபதிகளும் ஒரு வெகுஜனக் கூட்டத்திற்கு முன் அழைத்து வரப்பட்டனர். அங்கு, போல்பாட்டிற்கு ஆயுள் தண்டனை விதிக்கப்பட்டது மற்ற மூன்று தளபதிகளுக்கும் மரண தண்டனை விதிக்கப்பட்டது. 15 ஏப்ரல் 1998ல், போல்பாட் மாரடைப்பால் தூக்கத்தில் இறந்தார். மூன்று நாட்களுக்குப் பிறகு, அவரது உடல் பௌத்த இறுதி சடங்குகளின்படி தகனம் செய்யப்பட்டது.

9. போல்பாட்டின் ஆட்சிக்கு எதிரான உலகளாவிய ஒருமித்த கருத்து

போல்பாட் மீது உலக நாடுகள் கண்டனம் தெரிவித்ததற்கு முக்கிய காரணங்களில் ஒன்று அவரது ஆட்சியில் நடந்த கொடூரமான மனித உரிமை மீறல்கள். கட்டாய உழைப்பு, வெகுஜன மரணதண்டனைகள், சித்திரவதைகள் மற்றும் கட்டாய இடப்பெயர்வுகள் உள்ளிட்ட கெமர் ரூஜின் கொள்கைகள், சுமார் 1.7 மில்லியன் மக்களின் இறப்புகளுக்கு வழிவகுத்தன.

வழிபாட்டுத்தலங்களைச் சிதைப்பது, புத்தகங்களை எரிப்பது, பாரம்பரிய நடைமுறைகளை ஒடுக்குவது உள்ளிட்ட கம்போடியாவின் கலாசார, அறிவுசார் பாரம்பரியத்தை கெமர் ரூஜ் திட்டமிட்ட முறையில் அழித்தது சர்வதேசச் சீற்றத்தை ஈர்த்தது. இந்தக் கலாசாரப் பேரழிவு கம்போடியாவின் வளமான வரலாற்று அடையாளத்தின் மீதான தாக்குதலாகப் பார்க்கப்பட்டது. போல்பாட்டின் ஆட்சி கம்போடியாவை உலகின் பிற பகுதிகளிலிருந்து துண்டித்து, தனிமைப்படுத்தல் கொள்கையைப் பின்பற்றியது. இந்தத் தனிமைப்படுத்தல், வியட்நாம் போன்ற அண்டை நாடுகள் மீதான அவரது விரோதத்துடன் சேர்ந்து, சர்வதேச உறவுகளைச் சீர்குலைத்து, உலக அரங்கில் கம்போடியா தனிமைப்படுத்தப்படுவதற்குப் பங்களித்தது.

லட்சக்கணக்கான கம்போடியர்கள் கடுமையான விவசாய வேலைகளுக்கு உட்படுத்தப்பட்டு ஊட்டச்சத்துக் குறைபாடு மற்றும் நோயை எதிர்கொண்ட கட்டாயத் தொழிலாளர் முகாம்களில் மனிதாபிமானமற்ற நிலைமைகள் பற்றிய அறிக்கைகள் உலகளாவிய கவலையைத் தூண்டின.

உயிர் பிழைத்தவர்களின் சாட்சியங்கள் கம்போடிய மக்கள் அனுபவித்த துன்பத்தின் அளவை வெளிச்சம் போட்டுக் காட்டுகின்றன. கம்போடியாவில் நடந்த அட்டூழியங்கள் பற்றிய செய்தி பரவியபோது, கம்போடியர்கள் கொடூரமான ஆட்சியிலிருந்து தப்பிச் சென்றதால் அகதிகள் நெருக்கடி உருவானது. அண்டை நாடுகள், குறிப்பாக தாய்லாந்து, கம்போடிய அகதிகளால் நிரம்பி வழிந்தது, இது ஒரு மனிதாபிமானச் சவாலை உருவாக்கியது. இது சர்வதேசக் கவனத்தை ஈர்த்தது.

உலகெங்கிலும் உள்ள மனித உரிமை அமைப்புகள், ஆர்வலர்கள் மற்றும் அரசாங்கங்கள் போல்பாட்டின் ஆட்சிக்கு எதிராக அணிதிரண்டன. 1979ம் ஆண்டில், ஐக்கிய நாடுகள் சபை கெமர் ரூஜைக் கண்டித்தும், கம்போடியாவில் வியட்நாமிய ஆதரவு அரசாங்கத்தைச் சட்டப்பூர்வமானது என்று அங்கீகரித்தும் தீர்மானத்தை நிறைவேற்றியது. இது போல்பாட்டின் ஆட்சியைச் சர்வதேச அளவில் உத்தியோகபூர்வமாக நிராகரிப்பதைக் குறிக்கிறது. போல்பாட் மீதான உலகின் எதிர்ப்பு அவரது தலைமையின் கீழ் நடந்த கொடூரமான மனித உரிமை மீறல்கள், பாரிய அட்டூழியங்கள் மற்றும் இனப்படுகொலையில் வேரூன்றியிருந்தது. அவருக்கு எதிரான உலகளாவிய ஒருமித்த கருத்து உலகெங்கிலும் உள்ள நாடுகள், அமைப்புகள் மற்றும் தனிநபர்களால் உணரப்பட்ட சீற்றம் மற்றும் வெறுப்பின் பிரதிபலிப்பாகும். போல்பாட்டின் ஆட்சி வரலாற்றில் மிகவும் கொடூரமான மற்றும் உலகளவில் கண்டிக்கப்படும் சர்வாதிகாரங்களில் ஒன்றாக உள்ளது. இது மனித உரிமைகளை நிலைநிறுத்துவதன் முக்கியத்துவத்தையும், கட்டுப்பாடற்ற அதிகாரத் துஷ்பிரயோகத்தைத் தடுப்பதன் முக்கியத்துவத்தையும் அப்பட்டமாக நினைவூட்டுகிறது.

சோயுங் எக் போன்ற கொலைக்களங்களும் வெகுஜனப் புதைகுழிகளும் இந்த வெகுஜன மரணதண்டனைகளின் கடுமையான நினைவூட்டல்களாக நிற்கின்றன. கெமர் ரூஜ் மில்லியன் கணக்கான கம்போடியர்களை நகர்ப்புறங்களில் இருந்து கிராமப்புறத் தொழிலாளர் முகாம்களுக்கு வலுக்கட்டாயமாக இடமாற்றம் செய்தது. இந்த முகாம்களில் கடுமையான விவசாய வேலைகள், ஊட்டச்சத்துக் குறைபாடு மற்றும் நோயை மக்கள் சகித்துக் கொண்டனர். நிலைமைகள் மிகவும் கடுமையானவை, எண்ணற்றவர்கள் சோர்வு மற்றும் பட்டினியால் இறந்தனர்.

போல்பாட்டின் சிறைகள் மற்றும் தடுப்பு மையங்களில் சித்திரவதை வழக்கமானது. விசாரணைகள் பெரும்பாலும் ஒப்புதல் வாக்குமூலங்கள் அல்லது தகவல்களைப் பெறக் கடுமையான உடல் மற்றும் உளவியல் சித்திரவதை முறைகளை உள்ளடக்கியது. சித்திரவதை என்பது பெரியவர்களுக்கு மட்டுமானதல்ல; குழந்தைகள்கூடக் கொடூரமான முறையில் நடத்தப்பட்டனர். தனிநபர்கள் குற்றங்களை ஒப்புக்கொள்ளக் கட்டாயப்படுத்தப்பட்டனர். பெரும்பாலும் நிர்பந்தம் மற்றும் சித்திரவதையின் கீழ் இவை நடத்தப்பட்டன. இந்த ஒப்புதல் வாக்குமூலங்கள் மரணதண்டனைக்கு ஒரு சாக்காகப் பயன்படுத்தப்பட்டன. அக்கம்பக்கத்தினரும் குடும்ப உறுப்பினர்களும் சில நேரங்களில் ஒருவருக்கொருவர் காட்டிக்கொடுக்க வேண்டிய கட்டாயத்தில் இருந்தனர்.

போல்பாட்டின் கொள்கைகள், கட்டாய கூட்டுமயமாக்கல் மற்றும் தனியார் சொத்துகளை அகற்றுதல் உள்ளிட்டவை கடுமையான உணவுப் பற்றாக்குறை மற்றும் பஞ்சத்திற்கு வழிவகுத்தன. பல கம்போடியர்கள் ஊட்டச்சத்துக் குறைபாடு மற்றும் பட்டினியால் பாதிக்கப்பட்டனர். கட்டாய இடமாற்றங்களின்போது குடும்பங்கள் பிரிக்கப்பட்டன. இந்தப் பிரிவு ஆழ்ந்த அதிர்ச்சியை ஏற்படுத்தியது. பிளவுபட்ட குடும்பங்கள் பெரும்பாலும் மீண்டும் ஒன்று சேரவில்லை. வாழ்க்கையின் ஒவ்வொரு அம்சத்தின் மீதும் சர்வாதிகாரக் கட்டுப்பாட்டை ஆட்சி செலுத்தியது. கருத்துச் சுதந்திரம், இயக்கம், சங்கச் சுதந்திரம் ஆகியவை ஒழிக்கப்பட்டன.

மனிதக்குலத்திற்கு எதிரான போல்பாட்டின் குற்றங்கள் எண்ணற்றவை மற்றும் பயங்கரமானவை. அவரது ஆட்சியின் கொள்கைகள் லட்சக்கணக்கானவர்களின் இறப்புகளுக்கும், பரவலான துன்பங்களுக்கும், கம்போடியாவில் ஒரு பேரழிவுகரமான தாக்கத்திற்கும் வழிவகுத்தன. இந்தக் குற்றங்களின் அளவும் மிருகத்தனமும் போல்பாட்டின் ஆட்சியை வரலாற்றில் மிகவும் இழிவான மற்றும் உலகளாவிய கண்டனம் செய்யப்பட்ட சர்வாதிகாரங்களில் ஒன்றாக ஆக்குகின்றன, இது கட்டுப்படுத்தப்படாதபோது கொடுமையும் தீவிரவாதமும் எந்த ஆழத்தில் மூழ்கக்கூடும் என்பதற்கான அதிர்ச்சியூட்டும் நினைவூட்டலாகச் செயல்படுகிறது.

கம்போடியாவின் கெமர் ரூஜ் ஆட்சியின் தலைவரான போல்பாட், பாரம்பரிய வணிக நடவடிக்கைகளில் ஈடுபடவில்லை. அதற்குப் பதிலாக, அவரது ஆட்சி கம்போடியாவுக்குப் பேரழிவுகரமான விளைவுகளை

ஏற்படுத்திய பொருளாதார மறுசீரமைப்பிற்கான ஒரு தீவிர அணுகுமுறையைப் பின்பற்றியது. வணிகத்தில் ஈடுபடுவதற்குப் பதிலாக, போல்பாட்டின் ஆட்சி கட்டாய உழைப்பு மற்றும் கூட்டுமயமாக்கல் கொள்கையைச் செயல்படுத்தியது. நகர்ப்புற மக்களை வலுக்கட்டாயமாகக் கிராமப்புறத் தொழிலாளர் முகாம்களுக்கு மாற்றுவதன் மூலம் வர்க்கமற்ற, விவசாயச் சமூகத்தை உருவாக்க இந்த ஆட்சி முயன்றது. இந்த முகாம்கள் உற்பத்தி மையங்களாக இருக்க வேண்டும், அங்குக் குடிமக்கள் கடுமையான விவசாய வேலைகளில் ஈடுபட வைக்கப்பட்டனர்.

மக்கள் நகரங்களில் இருந்து சுற்றி வளைக்கப்பட்டு, அவர்களின் குடும்பங்களிலிருந்து பிரிக்கப்பட்டு, இந்தத் தொழிலாளர் முகாம்களுக்கு அனுப்பப்பட்டனர். அவர்கள் கடுமையான நிலைமைகள், ஊட்டச்சத்துக் குறைபாடு மற்றும் நீண்ட மணிநேரக் கட்டாய உழைப்புக்கு உட்படுத்தப்பட்டனர். எந்தவொரு எதிர்ப்பு அல்லது உணரப்பட்ட விசுவாசமின்மையும் வன்முறை அல்லது மரணதண்டனைக்கு உள்ளானது. போல்பாட்டின் ஆட்சி தனியார் சொத்து மற்றும் தனிப்பட்ட உடைமைகளை ஒழித்தது. ‘அங்கர் லு’ (அமைப்பு உயர்ந்தது) என்ற கோஷத்தின் கீழ், அனைத்துச் சொத்துகளும் கூட்டாக அரசுக்குச் சொந்தமானவை. இந்தத் தீவிர அணுகுமுறை பொருளாதார ஏற்றத்தாழ்வுகளை அகற்றுவதை நோக்கமாகக் கொண்டது.

குடிமக்கள் தங்கள் உடமைகளை ஒப்படைக்கக் கட்டாயப்படுத்தப்பட்டனர். தனிப்பட்ட சொத்துகளைப் பதுக்க அல்லது தக்கவைக்கும் எந்தவொரு முயற்சிக்கும் கடுமையான தண்டனை வழங்கப்பட்டது. தனிமனித உடைமைகள் இல்லாத ஒரு சமூகத்தை உருவாக்குவதே இந்த ஆட்சியின் நோக்கமாக இருந்தது. கெமர் ரூஜ் தீவிரப் பொருளாதாரச் சிக்கனக் கொள்கையை அமல்படுத்தியது. மக்கள் உணவு, உடை மற்றும் பிற அத்தியாவசியப் பொருட்களுக்குக் கடுமையான பற்றாக்குறைக்கு உட்படுத்தப்பட்டனர். அடிப்படை பிழைப்புக்குத் தேவையானவற்றை மட்டுமே உற்பத்தி செய்யும் தன்னிறைவு பெற்ற சமுதாயத்தை உருவாக்குவதே ஆட்சியின் குறிக்கோளாக இருந்தது.

மக்கள் அடிப்படைத் தேவைகளை இழந்து, பரவலான ஊட்டச்சத்துக் குறைபாடு மற்றும் பஞ்சத்திற்கு வழிவகுத்தனர். சுயசார்பு மற்றும் எளிமை என்ற அதன் சித்தாந்தத்தை வலுப்படுத்தி, நுகர்வைக் குறைந்தபட்சத்திற்குக் குறைப்பதை

இந்த ஆட்சி நோக்கமாகக் கொண்டது. தொழிற்சாலைகளும் பள்ளிகளும் மூடப்பட்டன, அறிவுசார் தேடல்கள் தீவிரமாக ஊக்கப்படுத்தப்பட்டன. பாரம்பரிய நடைமுறைகள் மற்றும் மத நிறுவனங்கள் ஒடுக்கப்பட்டன அல்லது அகற்றப்பட்டன. இந்தக் கலாசார மற்றும் பொருளாதார அழிவு கம்போடியச் சமூகத்தின் அழிவுக்குப் பங்களித்தது.

கெமர் ரூஜின் தனிமைப்படுத்தல் கொள்கை பொருளாதார நடவடிக்கைகளை மேலும் பாதித்தது. இந்த ஆட்சி கம்போடியாவை உலகின் பிற பகுதிகளிலிருந்து துண்டித்தது, பற்றாக்குறைகளை அதிகரித்து சர்வதேச வர்த்தகத்தைத் தடுத்தது. கம்போடியா சர்வதேசச் சமூகத்திலிருந்து தனிமைப்படுத்தப்பட்டது. இது பொருளாதாரத்தில் பேரழிவுகரமான விளைவுகளை ஏற்படுத்தியது. அண்டை நாடுகள், குறிப்பாக வியட்நாம் மீதான ஆட்சியின் விரோதம் இந்த தனிமைப்படுத்தலுக்குப் பங்களித்தது.

போல்பாட் மற்றும் கெமர் ரூஜ் பாரம்பரிய வணிக நடவடிக்கைகளில் ஈடுபடவில்லை. மாறாக, அவர்களின் பொருளாதார 'வணிகம்' கட்டாய உழைப்பு, கூட்டுமயமாக்கல், தனியார் சொத்துடைமையை ஒழித்தல், சிக்கன நடவடிக்கைகள், கலாசார, பொருளாதார அழிவு, தனிமைப்படுத்தல் ஆகியவற்றால் குறிக்கப்பட்டது. இக்கொள்கைகள் கொடூரமான பலத்துடன் அமுல்படுத்தப்பட்டு பரவலான துன்பங்கள், பட்டினி மற்றும் மரணத்திற்கு வழிவகுத்தன. பொருளாதார மறுசீரமைப்புக்கான போல்பாட்டின் அணுகுமுறை அவரது தீவிரச் சித்தாந்தத்துடன் ஆழமாக பின்னிப் பிணைந்து அவரது ஆட்சியின் பேரழிவுகரமான விளைவுகளுக்குப் பங்களித்தது. இது நவீன வரலாற்றின் இருண்ட அத்தியாயங்களில் ஒன்றாக மாறியது.

போல்பாட், தனக்குத் தேசபக்தி உணர்வு இருப்பதாகக் கூறினார். இந்தக் கருத்து அவரது தீவிர கம்யூனிஸச் சித்தாந்தம் மற்றும் மிருகத்தனமான கொள்கைகளால் பெரிதும் சிதைக்கப்பட்டது. அவரது தேசபக்தியின் வெளிப்பாடு வக்கிரமான, தீங்கு விளைவிக்கும் தேசியவாத வடிவத்தால் குறிக்கப்பட்டது. இது கம்போடிய மக்களுக்குப் பெரும் துன்பத்தையும் மரணத்தையும் ஏற்படுத்தியது. ஆட்சியின் குறிக்கோளான 'ஜனநாயக கம்பூச்சியா' தேசியவாதத்தின் திரிக்கப்பட்ட வடிவத்தைப் பிரதிபலித்தது. பெயர் கம்போடியாவை (கம்பூச்சியா) வலியுறுத்தினாலும், ஆட்சியின்

நடவடிக்கைகள் பாரம்பரிய அர்த்தத்தில் ஜனநாயக அல்லது தேசபக்தியைத் தவிர வேறு எதுவும் இல்லை.

போல்பாட் மற்றும் கெமர் ரூஜ் ஆகியோர் தங்கள் ஆட்சிக்கு எதிரான எதிர்ப்பையும் தேசத்திற்கு எதிரான தேசத்துரோகத்துடன் ஒப்பிட்டனர். இலேசாகக்கூட மாற்றுக்கருத்தை வெளிப்படுத்திய எவரும் தேசவிரோதிகள் என்று முத்திரை குத்தப்பட்டு கடுமையான தண்டனைகளுக்கு உட்படுத்தப்பட்டனர். போல்பாட் கையாளுதல், பயம் மற்றும் சர்வாதிகாரக் கட்டுப்பாடு ஆகியவற்றால் வகைப்படுத்தப்பட்ட ஓர் உளவியல் அணுகுமுறையைப் பயன்படுத்தினார்.

அவரது ஆட்சி அதிகாரத்தைத் தக்க வைத்துக் கொள்ளவும், கருத்து வேறுபாடுகளை அடக்கவும், இணக்கத்தை நடைமுறைப்படுத்தவும் உளவியல் தந்திரங்களை முறையாகப் பயன்படுத்துவதன் மூலம் குறிக்கப்பட்டது. போல்பாட் தன்னைச் சுற்றி மாபெரும் தலைவர் என்றும் புரட்சியின் உருவகமாகவும் ஒரு ஆளுமை வழிபாட்டை வளர்த்துக் கொண்டார். அவர் தன்னை இறுதி அதிகாரமாகவும், கம்யூனிஸ லட்சியத்திற்கான அசைக்க முடியாத அர்ப்பணிப்பின் அடையாளமாகவும் காட்டிக் கொண்டார்.

போல்பாட்டின் உருவப்படங்கள் மற்றும் படங்கள் கம்போடியாவில் எங்கும் நிறைந்திருந்தன. இது அவரது உயர்ந்த தலைவர் என்ற அந்தஸ்தை உறுதிப்படுத்தியது. அவரது ஆளுமை வழிபாடு அவரது சர்வாதிகார ஆட்சியை வலுப்படுத்தவும், மாற்றுக்கருத்துகளை ஊக்கப்படுத்தவும் உதவியது. போல்பாட்டின் ஆட்சி மக்களிடையே அச்சத்தையும் பயங்கரவாதத்தையும் வளர்ப்பதைப் பெரிதும் நம்பியிருந்தது. அவர் தீவிர வன்முறை, களையெடுப்புகள் மற்றும் பொது மரணதண்டனைகளைக் கட்டுப்பாட்டு வழிமுறையாகப் பயன்படுத்தினார். இது ஒரு நிலையான அச்சத்தின் சூழலை உருவாக்கியது.

10. போல்பாட்டின் ராணுவம்

கெமர் ரூஜ் என்று அழைக்கப்படும் போல்பாட்டின் ராணுவம் கம்போடியா மீதான அவரது ஆட்சியின் கொடூரமான ஆட்சியில் முக்கிய பங்கு வகித்தது. கெமர் ரூஜின் அளவு, அதிகாரம், ஒருங்கிணைப்பு முறைகள் அனைத்தும் ஆட்சியின் தீவிர கம்யூனிஸச் சித்தாந்தத்தை அமல்படுத்துவதற்கும் மக்கள் மீது கட்டுப்பாட்டைப் பராமரிப்பதற்கும் முக்கிய பங்கு வகித்தன. கெமர் ரூஜ் 1960களின் பிற்பகுதியில் ஒரு சிறிய கிளர்ச்சியாகத் தொடங்கி கணிசமாக வளர்ந்தது. 1975ம் ஆண்டில் புனோம் பென்னை அவர்கள் கைப்பற்றிய நேரத்தில், கெமர் ரூஜின் படைகள் சுமார் 40,000 போராளிகளின் எண்ணிக்கையைக் கொண்டிருந்தன. போல்பாட்டின் ராணுவம், அதிகாரத்திற்கு வந்ததும், கம்போடியா மீது முழுமையான கட்டுப்பாட்டைக் கொண்டிருந்தது. அது ராணுவப் படை மட்டுமல்ல, சமூக மற்றும் அரசியல் கட்டுப்பாட்டுக்கான ஒரு கருவியாகவும் இருந்தது. கெமர் ரூஜ் தீவிரக் கொள்கைகள் மூலம் வர்க்கமற்ற, விவசாயச் சமூகத்தை உருவாக்குவதை நோக்கமாகக் கொண்டது.

கெமர் ரூஜ் மிகவும் மையப்படுத்தப்பட்ட, ரகசியமான நிறுவன கட்டமைப்பைப் பராமரித்து வந்தது. போல்பாட் கட்சியின் தலைவராக முழுமையான அதிகாரத்தைக் கொண்டிருந்தார். நுவோன் சியா மற்றும் இயெங் சாரி போன்ற நபர்கள் உட்பட அவரது உள்வட்டம் கணிசமான அதிகாரத்தைப் பயன்படுத்தியது. இந்த மையப்படுத்தப்பட்ட கட்டுப்பாடு ஆட்சி அதன் நடவடிக்கைகளைத் திறம்பட ஒருங்கிணைக்க உதவியது. கெமர் ரூஜ் அச்சம், பிரசாரம், மிருகத்தனமான பாதுகாப்பு எந்திரம் ஆகியவற்றின் மூலம் கட்டுப்பாட்டைப் பேணியது.

போல்பாட்டின் தலைமைக்கு உணரப்பட்ட எதிரிகள் அல்லது அச்சுறுத்தல்களை அகற்றுவதற்காக ஆட்சி அதன் சொந்த அணிகளுக்குள் களையெடுப்புகளை நடத்தியது. இது உள் விசுவாசத்தையும் கட்டுப்பாட்டையும் பராமரிக்க உதவியது.

கெமர் ரூஜ் தொழிலாளர் முகாம்களின் வலையமைப்பை நிறுவியது, அங்கு லட்சக்கணக்கானவர்கள் கடுமையான நிலைமைகளில் கட்டாய உழைப்புக்கு உட்படுத்தப்பட்டனர். இது பொருளாதார இலக்குகளுக்கு உதவுவது மட்டுமல்லாமல், சோர்வு மற்றும் பயத்தின் மூலம் கீழ்ப்படிதலைக் கட்டாயப்படுத்தியது. கெமர் ரூஜ் போராளிகள் கருத்தியல் போதனை மற்றும் ராணுவப் பயிற்சி ஆகியனவற்றைப் பெற்றனர். அவர்களின் பயிற்சி கட்சிக்கு முழுமையான விசுவாசம், கம்யூனிஸச் சித்தாந்தத்தைக் கடைப்பிடித்தல், கடுமையான ஒழுக்கம் ஆகியவற்றை வலியுறுத்தியது.

ஆட்சேர்ப்பு செய்யப்பட்டவர்கள் மார்க்சிய—லெனினிச சித்தாந்தம், போல்பாட்டின் எழுத்துகள் பற்றிய ஆய்வு உள்ளிட்ட அரசியல் கல்விக்கு உட்படுத்தப்பட்டனர். கட்சியை இறுதி அதிகாரமாகப் பார்க்கவும், வர்க்கமற்ற சமூகம் என்ற அதன் பார்வையை நிலைநிறுத்தவும் அவர்களுக்குக் கற்பிக்கப்பட்டது. ஆயுதங்களைக் கையாளுதல், போர் தந்திரங்கள், உடற்தகுதி உள்ளிட்ட அடிப்படை ராணுவப் பயிற்சியைப் பெற்றனர். இருப்பினும், ராணுவ தொழில்முறையை விட அரசியல் விசுவாசத்திற்கு முக்கியத்துவம் கொடுக்கப்பட்டது.

கீழ்ப்படியாமை அல்லது விசுவாசமின்மைக்கு மரணதண்டனை விதிக்கப்பட்டது. போல்பாட்டின் ராணுவமான கெமர் ரூஜ் இரக்கமற்ற சக்தியாக இருந்தது. கம்போடியாவின் மீதான கட்டுப்பாட்டைப் பராமரிப்பதில் முக்கிய பங்கு வகித்தது. அதன் அளவு, மையப்படுத்தப்பட்ட அமைப்பு, கட்டுப்பாட்டு முறைகள் மற்றும் கருத்தியல் போதனைகள் அனைத்தும் நவீன வரலாற்றின் இருண்ட, பேரழிவுகரமான காலகட்டங்களில் ஒன்றை நிலைநிறுத்துவதில் முக்கியப் பங்கு வகித்தன.

போல்பாட் பல தலைவர்கள் செய்ததைப் போலத் தனிப்பட்ட சொத்துகள், வங்கிக் கணக்குகள் அல்லது ஆடம்பரமான சொத்துகள் வடிவில் செல்வத்தைக் குவிக்கவில்லை. அவரது சித்தாந்தமும் அவரது ஆட்சியின் தன்மையும் வர்க்கமற்ற

தன்மை மற்றும் பகிரப்பட்ட வளங்களின் தீவிர கம்யூனிஸ லட்சியங்களுக்கு முன்னுரிமை அளித்தன. இந்தக் கருத்தியல் அர்ப்பணிப்பு அவருக்குக் கணிசமான தனிப்பட்ட செல்வத்தைக் குவிப்பதைச் சாத்தியமற்றதாக்கியது.

கெமர் ரூஜ் ஆட்சியின் வளங்கள் மீதான அவரது கட்டுப்பாட்டில் போல்பாட்டின் அதிகாரம் இருந்தது. ஆட்சியின் தலைவர் என்ற முறையில், விவசாய உற்பத்தி, உழைப்பு மற்றும் பறிமுதல் செய்யப்பட்ட சொத்துகள் உள்ளிட்ட நாட்டின் வளங்களை அவர் அணுகினார். கெமர் ரூஜின் கொள்கைகள் வர்க்கமற்ற சமூகத்தை உருவாக்கும் நோக்கத்துடன் செல்வம் மற்றும் வளங்களைத் தீவிரமாக மறுபகிர்வு செய்வதை உள்ளடக்கியது. நகர்ப்புற மக்களிடமிருந்து நிலம், சொத்துகள் மற்றும் உடைமைகள் பறிமுதல் செய்யப்பட்டு கிராமப்புறச் சமூகங்களுக்கு மறுபகிர்வு செய்யப்பட்டன.

அறிவுஜீவிகள், நகர்ப்புறவாசிகள் மற்றும் முதலாளித்துவ வர்க்கம் உள்ளிட்ட புரட்சியின் எதிரிகளாகக் கருதப்பட்டவர்களிடமிருந்து வணிகங்கள் மற்றும் சொத்துகளை போல்பாட்டின் ஆட்சி பறிமுதல் செய்தது. பறிமுதல் செய்யப்பட்ட இந்த வளங்கள் ஆட்சியின் கட்டுப்பாட்டில் இருந்தன. போல்பாட் மறைக்கப்பட்ட சொத்துகள் அல்லது வெளிநாட்டு வங்கிக் கணக்குகளைக் கொண்டிருக்கலாம் என்று குற்றச்சாட்டுகளும் ஊகங்களும் உள்ளன. குறிப்பிடத்தக்கத் தனிப்பட்ட சொத்துகள் பற்றிய உறுதியான ஆதாரங்கள் இன்னும் கிடைக்கவில்லை.

போல்பாட் தனிப்பட்ட செல்வத்தைக் குவிக்கவில்லை என்றாலும், அவரது தலைமை மற்றும் கொள்கைகள் கம்போடியாவின் பொருளாதார வளங்களில் பேரழிவுகரமான தாக்கத்தை ஏற்படுத்தின. விவசாயத்தை வலுக்கட்டாயமாக ஒருங்கிணைத்தல், கட்டாய உழைப்பு, கலாசார, பொருளாதார நிறுவனங்களின் அழிவு ஆகியவை பொருளாதார வீழ்ச்சிக்கும் பரவலான துன்பத்திற்கும் வழிவகுத்தன. போல்பாட் மற்றும் கெமர் ரூஜின் பிற உயர்மட்டத் தலைவர்கள் ஆடம்பரத்தில் ஈடுபடாமல் அடக்கமாக வாழ்ந்தனர். கம்யூனிஸக் கொள்கைகளின் மீதான அவர்களின் அர்ப்பணிப்பு, குறைந்தபட்சம் தோற்றத்திலாவது, அவர்கள் தனிப்பட்ட செல்வத்தையோ அல்லது ஆடம்பரமான வாழ்க்கை முறைகளையோ வெளிப்படுத்தவில்லை என்பதாகும். கெமர் ரூஜ் ஆட்சியின் வளங்கள் மீது அவருக்குக் கட்டுப்பாடு

இருந்தபோதிலும், எந்தவொரு செல்வமும் சொத்துகளும் தனிப்பட்ட முறையில் போல்பாட் வசம் இருப்பதைவிடக் கூட்டாக ஆட்சியால் வைத்திருக்கப்படலாம். எந்தவொரு மறைக்கப்பட்ட சொத்துகளின் உண்மையான அளவு, அவை இருந்திருந்தால், ஊகங்களுக்கும் சர்ச்சைக்கும் உள்ளாகின்றன. ஆனால், உறுதியான ஆதாரங்கள் இல்லை.

போல்பாட்டின் அரசியல் பார்வைகள் முதலாளித்துவ அமைப்புமுறைகளைத் தூக்கியெறிந்து பாட்டாளி வர்க்க சர்வாதிகாரத்தை ஸ்தாபிக்க வேண்டும் என்று வாதிட்ட கம்யூனிஸத்தின் தீவிர வடிவமான மார்க்சியம்— லெனினியத்தில் வேரூன்றியிருந்தன. கார்ல் மார்க்ஸ், விளாடிமிர் லெனின், மா சே துங் ஆகியோரின் எழுத்துகளால் ஈர்க்கப்பட்டார். கம்போடியாவில் ஒரு விவசாயப் பொதுவுடைமை சமூகத்தை உருவாக்குவதை மையமாகக் கொண்டது போல்பாட்டின் பார்வை. நகரமயமாதல், தொழில்மயமாதல், அறிவுஜீவித்தனம் ஆகியவை ஒழிக்கப்பட வேண்டிய செல்வாக்குகளைச் சீரழிக்கின்றன என்று அவர் நம்பினார். கம்போடியாவை ஒரு கிராமப்புற, விவசாய மற்றும் தன்னிறைவு பெற்ற மாநிலத்திற்குத் திரும்புவதை அவர் நோக்கமாகக் கொண்டிருந்தார்.

போல்பாட் சமூகத்தை வர்க்கப் போராட்டக் கண்ணோட்டத்தில் பார்த்தார், முதலாளி வர்க்கத்தை (நகர்ப்புற மேட்டுக்குடியினர்), அறிவுஜீவிகள் மற்றும் முதலாளித்துவத்துடன் தொடர்புடையவர்களைப் புரட்சியின் எதிரிகளாகப் பார்த்தார். அவரது ஆட்சி வர்க்க எதிரிகளை ஒழிப்பதற்காகக் களையெடுப்புகளையும் வெகுஜன மரணதண்டனைகளையும் மேற்கொண்டது. போல்பாட்டின் அரசியல் பார்வைகளின் ஓர் அடிப்படை அம்சம் தனியார் சொத்துடைமையை ஒழிப்பதாகும். அவரது ஆட்சியில், நிலம், வணிகம், உடைமைகள் உட்பட அனைத்துத் தனியார் சொத்துகளும் பறிமுதல் செய்யப்பட்டு கூட்டாக மறுபகிர்வு செய்யப்பட்டன. போல்பாட் தனது நோக்கத்தை அடைய முழுமையான சர்வாதிகாரக் கட்டுப்பாட்டின் அவசியத்தை நம்பினார். கம்பூச்சியா கம்யூனிஸ்ட் கட்சிக்குள் (சிபிகே) அதிகாரத்தை மையப்படுத்தினார், அவரும் அவரது உள்வட்டமும் முழுமையான அதிகாரத்தைக் கொண்டிருந்தனர். மாற்றுக்கருத்து சகித்துக் கொள்ளப்படவில்லை. ஆட்சியைக் கட்டுப்படுத்த மிருகத்தனமான வழிமுறைகளைப் பயன்படுத்தியது.

போல்பாட்டின் ஆட்சி கம்போடியாவை வெளியுலகிலிருந்து துண்டித்து, தனிமைப்படுத்தல் கொள்கைகளைப் பின்பற்றியது. அவர் தற்சார்பை நம்பினார், வெளிநாட்டுச் செல்வாக்கை நிராகரித்தார். போல்பாட்டின் அரசியல் கருத்துகள் கட்டாயத் தொழிலாளர் முகாம்கள், வெகுஜன மரணதண்டனைகள், கட்டாய ஒப்புதல் வாக்குமூலங்கள் உள்ளிட்ட மிருகத்தனத்தின் மூலம் திணிக்கப்பட்டன.

போல்பாட் ஸ்பார்ட்டன் மற்றும் கடுமையான வாழ்க்கை நிலைமைகளில் வாழ்ந்தார், இது எளிமை, சமத்துவம் என்ற கம்யூனிஸச் சித்தாந்தத்திற்கான அவரது உறுதிப்பாட்டைப் பிரதிபலித்தது. பேரரசர்களுடனோ அல்லது சர்வாதிகாரிகளுடனோ பொதுவாகத் தொடர்புடைய ஆடம்பரங்களில் அவர் ஈடுபடவில்லை. அவரது ஆட்சியின்போது புனோம் பென்னில் உள்ள போல்பாட்டின் இல்லம் எளிய அலங்கரிக்கப்படாத வீடு என்று விவரிக்கப்பட்டது. இது பொதுவாக அரசுத் தலைவர்களுடன் தொடர்புடைய ஆடம்பரம் அல்லது கம்பீரம் இல்லாதது.

போல்பாட் ஆடம்பரமான தனிப்பட்ட உடைமைகளைக் கொண்டிருக்கவில்லை. கூட்டு உடைமைக் கொள்கையைக் கடைப்பிடித்த அவர், தனிப்பட்ட பயன்பாட்டிற்காகச் செல்வத்தையோ உடைமைகளையோ குவிக்கவில்லை. போல்பாட் ஆடம்பரப் பொருட்கள், விலையுயர்ந்த ஆடைகள் அல்லது தனிப்பட்ட செல்வத்தின் தொகுப்பைக் கொண்டிருப்பதாக எந்த அறிக்கைகளும் இல்லை. கம்யூனிஸத்தின் மீதான அவரது அர்ப்பணிப்பு அவரது சொந்த உடைமைகள் வரை நீண்டது.

போல்பாட் எளிய சிக்கனமான உணவைக் கடைப்பிடித்தார். இது விவசாய வாழ்க்கை முறை மற்றும் கூட்டு வாழ்க்கைக்கான அவரது உறுதிப்பாட்டுடன் ஒத்துப்போகிறது. ஆடம்பரமான உணவுகளிலோ, சமையலிலோ அவர் ஈடுபடவில்லை. போல்பாட்டின் உணவில் அடிப்படை, சைவ உணவு இருந்தது என்று அறிக்கைகள் தெரிவிக்கின்றன. சுவையான உணவு அல்லது ஆடம்பரமான விருந்துகளில் அவர் பங்கேற்கவில்லை. போல்பாட்டின் துறவற வாழ்க்கை முறை கருத்தியல் தூய்மைக்கான அவரது உறுதிப்பாட்டுடன் இணைந்திருந்தது. கம்யூனிஸக் கொள்கைகளைக் கண்டிப்பாகக் கடைப்பிடிக்க முனைந்த அவர், எந்த விதமான தனிமனித இன்பத்தையும் நிராகரித்தார்.

அவரது தலைமைத்துவப் பாணி தனிப்பட்ட வசதி அல்லது ஆடம்பரத்தை விடப் புரட்சிகர லட்சியங்களில் கவனம் செலுத்துவதை வலியுறுத்தியது. கட்சியின் கொள்கையிலிருந்து விலகினால் கடுமையான விளைவுகளைச் சந்திக்க நேரிடும். போல்பாட்டின் ஆட்சி வர்க்கமின்மை மற்றும் சமத்துவத்தின் சித்தாந்தத்தை ஊக்குவித்தது. இந்த இலட்சியங்களுக்கு இணங்கி, செல்வச் செழிப்பின் பிடிகளைத் தவிர்த்து வாழ்ந்த ஒரு தலைவராக அவர் தன்னைக் காட்டிக் கொண்டார்.

போல்பாட்டின் பொது பிம்பம் அவரை ஒரு எளிய மற்றும் அடக்கமான தலைவராகச் சித்தரித்தது, கட்சி மற்றும் சமூகத்திற்குள் சமத்துவத்தின் கொள்கைகளை வலுப்படுத்தினார். போல்பாட் ஒரு பேரரசராகவோ அல்லது ஆடம்பரமான செல்வத்திற்கும் தனிப்பட்ட அத்துமீறலுக்கும் பெயர் பெற்ற ஒரு பொதுவான சர்வாதிகாரியாகவோ வாழவில்லை. அவரது ஆட்சி காட்டுமிராண்டித்தனத்திற்கும் துன்பத்திற்கும் பொறுப்பாக இருந்தபோதிலும், போல்பாட்டின் சொந்த வாழ்க்கை நிலைமைகள், தனிப்பட்ட தேர்வுகள் பெரும்பாலும் சர்வாதிகார ஆட்சியாளர்களுடன் தொடர்புடைய ஆடம்பரமான வாழ்க்கை முறைகளுக்கு முற்றிலும் முரணாக இருந்தன. அவரது பாரம்பரியம் தனிப்பட்ட ஆடம்பரத்தைவிட அவரது ஆட்சியின் கொடூரங்களால் குறிக்கப்படுகிறது.

11. போல்பாட்டின் மர்மமான கடைசி மணிநேரங்கள்

போல்பாட்டின் வாழ்க்கையின் இறுதி மணிநேரங்கள் மர்மமாகவும் சர்ச்சையாகவும் உள்ளன. அவரது இறுதி விதி மற்றும் அவரது மரணத்திற்கு வழிவகுத்த நிகழ்வுகள் இன்னும் ஊகங்களுக்கும் நிச்சயமற்ற தன்மைக்கும் உட்பட்டவை.

போல்பாட்டின் ஆட்சி 1979ல் வியட்நாமியப் படைகளால் தூக்கியெறியப்பட்டு, அவரது கொடூரமான ஆட்சிக்கு முற்றுப்புள்ளி வைக்கப்பட்டது. அதிகாரத்தை இழந்த பின்னர், போல்பாட் மற்றும் கெமர் ரூஜின் எச்சங்கள் தாய்லாந்து—கம்போடிய எல்லையில் உள்ள தொலைதூரப் பகுதிகளுக்குப் பின்வாங்கின.

அவரது ஆட்சியின் வீழ்ச்சிக்குப் பிந்தைய ஆண்டுகளில், போல்பாட் கெமர் ரூஜிற்குள் கோஷ்டிப் பூசல்களை எதிர்கொண்டார். அவரது தலைமை கேள்விக்குள்ளாக்கப்பட்டது. அமைப்பின் சில உறுப்பினர்கள் அவருக்கு எதிராகத் திரும்பினர். 1997ம் ஆண்டில், போல்பாட் கெமர் ரூஜ உறுப்பினர்களால் வீட்டுக் காவலில் வைக்கப்பட்டார், கோஷ்டிப் பூசலுக்கு அவர்தான் பொறுப்பு என்று குற்றம் சாட்டினர். அவர் தனது முன்னாள் தோழர்களால் சிறைபிடிக்கப்பட்டார்.

ஏப்ரல் 1998ல், சர்வதேசச் சமூகத்தின் அழுத்தத்தின் கீழும், கெமர் ரூஜிற்குள் அச்சுறுத்தலை எதிர்கொண்டதாலும், போல்பாட் கம்போடிய அரசாங்கத்திடம் சரணடைந்தார். கெமர் ரூஜுக்குப் பிந்தைய சகாப்தத்தில் அவரது சரணடைவு ஒரு குறிப்பிடத்தக்க வளர்ச்சியாகப் பார்க்கப்பட்டது.

போல்பாட் தனது கடைசி ஆண்டுகளைச் சிறைவாசத்தில் கழித்தார். அவரது உடல்நலம் மோசமடைந்தது. இதய நோய், உயர் ரத்த அழுத்தம் உள்ளிட்ட பல்வேறு நோய்களால் அவதிப்பட்டு வந்தார். இதனால் அவருக்கு மருத்துவச் சிகிச்சை வழங்கப்பட்டதாகத் தெரிவிக்கப்படுகிறது.

ஏப்ரல் 1998ல் போல்பாட் இறந்த சூழ்நிலைகள் சர்ச்சைக்குரியவை. தூக்கத்திலேயே இதயச் செயலிழப்பு காரணமாக அவர் இறந்ததாக அதிகாரப்பூர்வ கணக்கு கூறினாலும், அவர் விஷம் கொடுக்கப்பட்டிருக்கலாம் அல்லது சட்டத்திற்குப் புறம்பான மரணதண்டனைக்கு உட்படுத்தப்பட்டிருக்கலாம் என்ற சந்தேகம் நீடிக்கிறது. அவரது மரணத்திற்குப் பின்னர், போல்பாட்டின் உடல் முன்னாள் கெமர் ரூஜ் கோட்டையான அன்லாங் வெங் பகுதியில் தகனம் செய்யப்பட்டது. அவரது சாம்பல் காட்டில் சிதறிக் கிடந்ததால் சரியான இடத்தை உறுதி செய்வது கடினம் என்று கூறப்படுகிறது.

போல்பாட் அவரது ஆட்சியின்போது செய்யப்பட்ட குற்றங்களுக்காக ஒருபோதும் விசாரணைக்கு உட்படுத்தப்படவில்லை. கம்போடியாவுக்கான சர்வதேசக் குற்றவியல் தீர்ப்பாயம் (ஐ.சி.டி.சி) பின்னர் கெமர் ரூஜ் சகாப்த அட்டூழியங்களுக்குக் காரணமான நபர்களை விசாரிக்க நிறுவப்பட்டது. ஆனால் போல்பாட்டின் மரணம் தப்பிப் பிழைத்த பலரை நீதி உணர்வு இல்லாமல் செய்தது.

போல்பாட்டின் வாழ்க்கையின் கடைசி மணிநேரங்கள் நிச்சயமற்ற தன்மை மற்றும் சர்ச்சைகளால் சூழப்பட்டுள்ளன. கம்போடிய அரசாங்கத்திடம் அவர் சரணடைந்ததும் அதைத் தொடர்ந்து சிறைபிடிக்கப்பட்டதும் அவரது பயங்கரவாத ஆட்சியின் முடிவைக் குறித்தன. ஆனால், அவரது மரணத்தின் சூழ்நிலைகள் விவாதத்திற்குரியதாகவே உள்ளன. முறையான விசாரணையை எதிர்கொள்ளாமல் போல்பாட் இறந்தது அவரது கொடூரமான ஆட்சியின்போது நடந்த அட்டூழியங்களுக்கு அவர் பொறுப்பேற்பதைக் காணும் வாய்ப்பைப் பலருக்கு மறுத்தது. அவரது மரணம் கம்போடியாவின் வரலாற்றில் இருண்ட சகாப்தத்தின் முடிவைக் குறிக்கிறது. ஆனால், அவரது ஆட்சியால் ஏற்பட்ட துன்பம் மற்றும் இழப்புகளின் பாரம்பரியம் தப்பிப்பிழைத்தவர்களாலும் சர்வதேசச் சமூகத்தாலும் தொடர்ந்து நினைவுகூரப்படுகிறது.

மரணத்திற்குப் பின்னர் போல்பாட்டின் சொத்துகளின் நிலை பெரும்பாலும் அறியப்படாத, மர்மமாக மறைக்கப்பட்ட ஒரு விஷயமாகும். போல்பாட், தனது வாழ்நாளில் குறிப்பிடத்தக்கத் தனிப்பட்ட செல்வத்தையோ அல்லது பாரம்பரியச் சொத்துகளையோ குவிக்கவில்லை. மாறாக, தனிப்பட்ட செல்வத்தைக் குவிப்பதைவிட கம்யூனிஸக் கொள்கைகளைச் செயல்படுத்துவதில் ஆட்சியின் கவனம் இருந்தது. இருப்பினும், சில கெமர் ரூஜ் தலைவர்கள் ஆட்சியால் கட்டுப்படுத்தப்பட்ட வளங்களிலிருந்து பயனடைந்திருக்கலாம்.

போல்பாட் தனது வாழ்நாளில் வழக்கமான அர்த்தத்தில் தனிப்பட்ட செல்வத்தைக் குவிக்கவில்லை. அவரது கம்யூனிஸச் சித்தாந்தமும் வர்க்கமற்ற சமூகத்தை உருவாக்குவதற்கான அர்ப்பணிப்பும் தனிப்பட்ட சொத்துகளைக் குவிப்பதற்கு உகந்ததாக இல்லை. கெமர் ரூஜ் ஆட்சியின் வளங்கள் மீதான அவரது கட்டுப்பாட்டில் போல்பாட்டின் அதிகாரம் இருந்தது. ஆட்சியின் தலைவர் என்ற முறையில், விவசாய உற்பத்தி, உழைப்பு மற்றும் பறிமுதல் செய்யப்பட்ட சொத்துகள் உள்ளிட்ட நாட்டின் வளங்களை அவர் அணுகினார்.

கெமர் ரூஜின் சித்தாந்தம் கூட்டு உடைமை மற்றும் வளங்களின் கட்டுப்பாட்டை வலியுறுத்தியது. ஆட்சியால் கட்டுப்படுத்தப்பட்ட வளங்கள் போல்பாட்டின் தனிப்பட்ட சொத்துகளாகக் கருதப்படவில்லை. மாறாகப் புரட்சியின் கூட்டு நலனுக்காகப் பயன்படுத்தப்படும் நோக்கம் கொண்டவை. போல்பாட்டின் மரணத்திற்குப் பின்னர், சொத்துகள் மற்றும் வளங்களின் நிலை மற்ற கெமர் ரூஜ் தலைவர்கள் மற்றும் ஆட்சிக்குள் உள்ள நபர்களால் கட்டுப்படுத்தப்பட்டிருக்கலாம். இருப்பினும், இந்த விநியோகத்தின் விவரங்கள் அறியப்படவில்லை. போல்பாட் உட்படச் சில கெமர் ரூஜ் தலைவர்கள் மறைக்கப்பட்ட சொத்துகள் அல்லது வெளிநாட்டு வங்கிக் கணக்குகளைக் கொண்டிருக்கலாம் என்று ஊகங்களும் குற்றச்சாட்டுகளும் உள்ளன. இருப்பினும், குறிப்பிடத்தக்கத் தனிப்பட்ட சொத்துகள் அல்லது மறைக்கப்பட்ட சொத்துகள் பற்றிய உறுதியான சான்றுகள் இல்லை.

கெமர் ரூஜ் தலைமை, ரகசியம், கோஷ்டிப் பூசல் மற்றும் அதிகாரப் போட்டிகளால் வகைப்படுத்தப்பட்டது. 1998ல் போல்பாட்டின் மரணம் ஆட்சியின் எஞ்சியவர்களுக்கு ஒரு கொந்தளிப்பான காலகட்டத்தைக் குறிக்கிறது. கெமர் ரூஜ்

தலைமைக்குள் வெளிப்படைத்தன்மை இல்லாதது மற்றும் அவற்றின் செயல்பாடுகளின் ரகசியத் தன்மை ஆகியவை போல்பாட்டின் மரணத்திற்குப் பின்னர் சொத்துகள் மற்றும் வளங்கள் எவ்வாறு விநியோகிக்கப்பட்டன அல்லது பயன்படுத்தப்பட்டன என்பதைக் கண்டறிவது கடினம்.

போல்பாட்டின் சொத்துகள் மற்றும் வளங்கள் தனிப்பட்ட தன்மை கொண்டவை அல்ல, ஆனால் கெமர் ரூஜ் ஆட்சிக்குள் கூட்டுக் கட்டுப்பாடு மற்றும் விநியோகத்தின் ஒரு பகுதியாகும். ஆட்சியின் தலைமையின் ரகசியமான மற்றும் ஒளிபுகா தன்மையைக் கருத்தில் கொண்டு, அவரது மரணத்திற்குப் பின்னர் இந்தச் சொத்துககள் மற்றும் வளங்களின் நிலை தெளிவாக இல்லை. மறைக்கப்பட்ட சொத்துகள் பற்றிய ஊகங்கள் இருந்தாலும், போல்பாட் அல்லது பிற தலைவர்கள் வைத்திருக்கும் குறிப்பிடத்தக்கத் தனிப்பட்ட சொத்துகள் அல்லது சொத்துகளை ஆதரிப்பதற்கான உறுதியான ஆதாரங்கள் எதுவும் இல்லை.

12. போல்பாட்டின் ஆட்சியில் இருந்து விடுதலை: நன்மைகள், தீமைகள்

போல்பாட்டின் ஆட்சியின் முடிவு மற்றும் 1979ல் கெமர் ரூஜ் ஆட்சியிலிருந்து கம்போடியா விடுதலை பெற்றது கம்போடிய மக்களுக்கும் சர்வதேசச் சமூகத்திற்கும் குறிப்பிடத்தக்க நன்மைகளைக் கொண்டு வந்தது. போல்பாட்டின் தலைமையின் கீழ், கம்போடியா வரலாற்றில் மிகவும் கொடூரமான, அடக்குமுறை ஆட்சிகளில் ஒன்றைச் சகித்துக் கொண்டது. இதன் விளைவாகப் பரவலான துன்பம், மரணம் மற்றும் பேரழிவு ஏற்பட்டது. அவரது ஆட்சியிலிருந்து விடுதலை கம்போடிய மக்களுக்கு ஒரு புதிய சகாப்தத்தின் தொடக்கத்தைக் குறிக்கிறது. இது பல முக்கிய நன்மைகளை வழங்கியது.

விடுதலையின் உடனடியான, முக்கியமான நன்மை போல்பாட்டின் ஆட்சியால் நிகழ்த்தப்பட்ட பாரிய அட்டூழியங்கள் மற்றும் இனப்படுகொலைக்கு முடிவு கட்டுவதாகும். 1.7 முதல் 2.2 மில்லியன் கம்போடியர்களின் இறப்புக்கு வழிவகுத்த கெமர் ரூஜின் பயங்கரவாத ஆட்சி முடிவுக்கு வந்தது. மக்கள் இனிக் கட்டாய உழைப்பு, மரணதண்டனை மற்றும் துன்புறுத்தலுக்கு உட்படுத்தப்படவில்லை. இந்த நிவாரணம் மக்கள் தங்கள் சமூகங்களுக்குத் திரும்பவும், பட்டினி மற்றும் சோர்வின் தொடர்ச்சியான அச்சுறுத்தல் இல்லாமல் தங்கள் வாழ்க்கையை மீண்டும் கட்டியெழுப்பவும் அனுமதித்தது.

கெமர் ரூஜின் கொள்கைகளால் பிரிக்கப்பட்ட குடும்பங்களும் சீர்குலைந்த சமூகங்களும் மீண்டும் ஒன்றிணைந்து கட்டியெழுப்ப முடிந்தது.

இந்த ஆட்சி கம்போடியச் சமூகத்தின் சமூக கட்டமைப்பைச் சிதைத்துவிட்டது. விடுதலை மக்களை ஒன்றிணைய அனுமதித்தது. கெமர் ரூஜ் ஏற்படுத்திய பேரழிவிலிருந்து கம்போடியா மீள்வதற்குச் சர்வதேச மனிதாபிமான அமைப்புகளும் அரசாங்கங்களும் உதவிகளையும் உதவிகளையும் வழங்கின. இந்த உதவியில் உணவு, மருத்துவ பராமரிப்பு, உள்கட்டமைப்பு, நிறுவனங்களை மீண்டும் கட்டமைப்பதற்கான ஆதரவு ஆகியவை அடங்கும்.

கெமர் ரூஜின் கீழ் மூடப்பட்ட அல்லது மறுசீரமைக்கப்பட்ட பள்ளிகள் மற்றும் சுகாதார வசதிகளை மீண்டும் திறக்க விடுதலை அனுமதித்தது. ஒரு சமூகத்தின் நல்வாழ்வுக்கும் வளர்ச்சிக்கும் இன்றியமையாத கல்வியும் சுகாதாரமும் மீண்டும் அணுகக் கூடியதாக மாறியது. போல்பாட்டின் ஆட்சியின் கீழ் இழைக்கப்பட்ட குற்றங்களுக்கு நீதி மற்றும் பொறுப்புக்கூறலைத் தேடுவதற்கான கதவையும் விடுதலை திறந்தது. போல்பாட் ஒருபோதும் விசாரணைக்கு உட்படுத்தப்படவில்லை என்றாலும், அட்டூழியங்களை ஆவணப்படுத்தவும், கெமர் ரூஜ் தலைவர்களைப் பொறுப்பேற்க வைக்கவும் முயற்சிகள் மேற்கொள்ளப்பட்டன.

கெமர் ரூஜ் ஆட்சியின்போது தாக்குதலுக்கு உள்ளான கம்போடியாவின் வளமான கலாசாரப் பாரம்பரியம் மீட்டெடுக்கப்படத் தொடங்கியது. கோயில்கள் மற்றும் மதத் தலங்கள் புனரமைக்கப்பட்டன. கலாசார மரபுகள் புத்துயிர் பெற்றன. போல்பாட் ஆட்சியின்போது நாட்டை விட்டு வெளியேறிய பல கம்போடியர்கள் தங்கள் தாயகத்தில் திரும்பிக் குடியேற முடிந்தது. இது இயல்பு நிலைக்குத் திரும்புவதையும் அவற்றின் வேர்களுடன் மீண்டும் இணைவதையும் குறிக்கிறது.

கம்போடியா ஜனநாயகமயமாக்கல் அரசியல் ஸ்திரத்தன்மையை நோக்கி இறங்கியது. இந்த மாற்றம், சவால்கள் நிறைந்ததாக இருந்தாலும், மிகவும் வெளிப்படையான அரசியல் அமைப்பை அனுமதித்தது. போல்பாட்டின் ஆட்சியிலிருந்து கம்போடியாவின் விடுதலை, பாரிய அட்டூழியங்களின் முடிவு, கட்டாய உழைப்பு, பஞ்சத்திலிருந்து நிவாரணம், குடும்பங்கள் மற்றும் சமூகங்களை மீண்டும் நிறுவுதல், மனிதாபிமான உதவி, மறுவாழ்வு, கல்வி மற்றும் சுகாதாரத்திற்கான அணுகல், நிலைமாறுகால நீதி மற்றும் பொறுப்புக்கூறல், கலாசாரப் பாரம்பரியத்தை

மீட்டெடுத்தல், மீள்குடியேற்றம், அகதிகள் திரும்புதல் உள்ளிட்ட பல ஆழமான நன்மைகளைக் கொண்டு வந்தது.

கெமர் ரூஜ் சகாப்தத்தின் வடுக்கள் எஞ்சியிருந்தாலும், இந்த விடுதலை கம்போடியாவின் வரலாற்றில் ஒரு புதிய அத்தியாயத்தின் தொடக்கத்தைக் குறிக்கிறது. இது கம்போடிய மக்களுக்கு நம்பிக்கையையும் குணப்படுத்துதல் மற்றும் மீட்புக்கான சாத்தியத்தையும் வழங்கியது.

1979ம் ஆண்டில் போல்பாட்டின் ஆட்சியிலிருந்து கம்போடியா விடுவிக்கப்பட்டது. கம்போடிய மக்களுக்குப் பல நன்மைகளைக் கொண்டு வந்த அதே சமயத்தில் குறிப்பிடத்தக்க இழப்புகளையும் சவால்களையும் சந்தித்தது.

பாரிய அட்டூழியங்கள், இனப்படுகொலை, பேரழிவு ஆகியவற்றால் வகைப்படுத்தப்பட்ட போல்பாட்டின் ஆட்சி, நீடித்த விளைவுகளைக் கொண்ட துன்பங்கள் மற்றும் அழிவுகளின் பாரம்பரியத்தை விட்டுச்சென்றது. போல்பாட்டின் ஆட்சியின் விளைவாக 1.7 முதல் 2.2 மில்லியன் கம்போடியர்கள் இறந்தனர். இது மக்கள்தொகையில் கணிசமான பகுதியைப் பிரதிநிதித்துவப்படுத்துகிறது. கெமர் ரூஜ் சகாப்தத்தில் உயிர் பிழைத்தவர்கள், கட்டாய உழைப்பு, சித்திரவதை மற்றும் குடும்ப உறுப்பினர்களின் இழப்பு ஆகியவற்றை அனுபவித்தவர்கள் உட்பட, விடுதலைக்குப் பின்னர் நீடிக்கும் உடல் மற்றும் உளவியல் அதிர்ச்சிக்கு ஆளானார்கள். பல கம்போடியர்கள் அந்தக் காலகட்டத்தின் உணர்ச்சி வடுக்களுடன் தொடர்ந்து போராடி வருகின்றனர். போல்பாட் ஆட்சியின்போது கம்போடியாவின் வளமான கலாசாரப் பாரம்பரியம் கடுமையான சேதத்தைச் சந்தித்தது. கோவில்கள், மதத் தளங்கள், வரலாற்றுக் கலைப்பொருட்கள் சிதைக்கப்பட்டன அல்லது அழிக்கப்பட்டன. இதன் விளைவாக மதிப்புமிக்க கலாசார, வரலாற்றுப் பொக்கிஷங்கள் இழக்கப்பட்டன.

கட்டாய உழைப்பு, வெகுஜன இடப்பெயர்வுகள் உள்ளிட்ட போல்பாட்டின் கொள்கைகள் குடும்பங்கள் மற்றும் சமூகங்களின் சீர்குலைவுக்கு வழிவகுத்தன. பலர் தங்கள் அன்புக்குரியவர்களிடமிருந்து பிரிக்கப்பட்டனர். சமூகத்தின் பிணைப்புகள் உடைந்தன. கெமர் ரூஜின் தீவிரக் கொள்கைகள் கம்போடியாவின் பொருளாதாரம் மற்றும் உள்கட்டமைப்பை அழிக்க வழிவகுத்தன. தொழிற்சாலைகள், பண்ணைகள் மற்றும் நகர்ப்புற மையங்கள் கைவிடப்பட்டன அல்லது

மறுசீரமைக்கப்பட்டன. இது நீண்டகாலப் பொருளாதாரப் பின்னடைவுகளை ஏற்படுத்தியது.

போல்பாட்டின் ஆட்சியின்போது கட்டாய உழைப்பு, பஞ்சம் மற்றும் கடுமையான வாழ்க்கை நிலைமைகள் பரவலான ஊட்டச்சத்துக் குறைபாடு மற்றும் மோசமான சுகாதாரத்திற்கு வழிவகுத்தன. பல கம்போடியர்கள் விடுதலைக்குப் பின்னர் தொடர்ச்சியான சுகாதாரச் சவால்களை எதிர்கொண்டனர். கெமர் ரூஜ் சகாப்தத்திற்குப் பின்னர் கம்போடியாவை மீண்டும் கட்டியெழுப்பும் செயல்முறை சவால்கள் நிறைந்ததாக இருந்தது. தனது மக்களின் உடல், உளவியல், பொருளாதாரத் தேவைகளைப் பூர்த்தி செய்யும் மகத்தான பணியை நாடு எதிர்கொண்டது.

விடுதலைக்குப் பிந்தைய காலகட்டத்தில் கம்போடியாவைக் கைப்பற்றப் பல்வேறு பிரிவுகள் போட்டியிட்டதால் அரசியல் ஸ்திரமின்மையும் மோதலும் ஏற்பட்டன. இதனால் நாட்டின் ஸ்திரத்தன்மைக்கும். ஆட்சிக்கும் தொடர்ந்து சவால்கள் எழுந்தன. போல்பாட் ஆட்சியின்போது இழைக்கப்பட்ட குற்றங்களுக்கு நீதி மற்றும் பொறுப்புக்கூறல் ஆகியவற்றைத் தேடுவது தாமதமானது. கெமர் ரூஜ் தலைவர்கள் பல ஆண்டுகளாக வழக்கு விசாரணையிலிருந்து தப்பினர். இந்தத் தாமதம் உயிர் பிழைத்தவர்கள் உணர்ந்த அநீதி உணர்வை ஆழப்படுத்தியது.

போல்பாட்டின் ஆட்சியிலிருந்து கம்போடியாவின் விடுதலை, உயிர் இழப்பு, உடல் மற்றும் உளவியல் அதிர்ச்சி, கலாசாரப் பாரம்பரியத்தின் அழிவு, சீர்குலைந்த குடும்பங்கள், சமூகங்கள், சிதைந்த பொருளாதாரம் மற்றும் உள்கட்டமைப்பு, சுகாதாரச் சவால்கள், அறிவுசார் மூலதன இழப்பு, புனர்வாழ்வின் சவால்கள், அரசியல் ஸ்திரமின்மை மற்றும் தாமதமான நீதி மற்றும் பொறுப்புக்கூறல் உள்ளிட்ட குறிப்பிடத்தக்க இழப்புகளை ஏற்படுத்தியது.

கெமர் ரூஜ் சகாப்தத்தின் கொடூரங்களை முடிவுக்குக் கொண்டுவருவதற்கான ஒரு முக்கியமான படியாக விடுதலை இருந்தபோதிலும், அந்தக் காலகட்டத்தில் ஏற்பட்ட வடுக்கள் மற்றும் இழப்புகள் கம்போடியாவையும் அதன் மக்களையும் இன்றளவும் பாதிக்கின்றன.

13. போல்பாட்டும் கம்போடியாவின் பொருளாதார நிலைமையும்

போல்பாட் மற்றும் கெமர் ரூஜ் ஆட்சிக்கு முன்பு, கம்போடியா ஒப்பீட்டளவில் நிலையான ஆனால் ஆழமான சிக்கலான பொருளாதார நிலையைக் கொண்டிருந்தது. போல்பாட்டின் ஆட்சிக்கு முன்பு கம்போடியாவின் பொருளாதாரச் சூழலைப் புரிந்துகொள்ள, பல முக்கிய காரணிகளைக் கருத்தில் கொள்வது அவசியம் ஆகும்.

பல தென்கிழக்கு ஆசிய நாடுகளைப் போலவே கம்போடியாவும் 19ம் நூற்றாண்டில் பிரான்ஸால் குடியேற்றப்பட்டது. பிரெஞ்சு காலனித்துவ ஆட்சி கம்போடியாவின் பொருளாதாரத்தில் குறிப்பிடத்தக்கத் தாக்கத்தை ஏற்படுத்தியது. அரிசி மற்றும் ரப்பர் உற்பத்தியைப் பெரிதும் நம்பியிருந்த தோட்ட அடிப்படையிலான முறையை அறிமுகப்படுத்தியது. பொருளாதாரம் காலனித்துவச் சக்தியின் நலன்களுக்குச் சேவை செய்வதை நோக்கமாகக் கொண்டிருந்தது. கம்போடியர்களுக்கு மட்டுப்படுத்தப்பட்ட பொருளாதார வாய்ப்புகளை வழங்கியது.

கம்போடியாவின் பொருளாதாரம் முதன்மையாக விவசாயத்தை அடிப்படையாகக் கொண்டது. மக்கள்தொகையில் பெரும்பாலோர் வாழ்வாதார விவசாயத்தில் ஈடுபட்டனர். நெல் சாகுபடி பொருளாதாரத்தின் முதுகெலும்பாக இருந்தது. இது வாழ்வாதாரம் மற்றும் வர்த்தகம் இரண்டிலும் முக்கிய பங்கு வகித்தது.

கம்போடியா 'ஆசியாவின் அரிசி கிண்ணம்' என்று அழைக்கப்பட்டாலும், ஒரே பயிரை நம்பியிருப்பது பொருளாதாரத்தை வெளிப்புற அதிர்ச்சிகள் மற்றும் அரிசி விலைகளில் ஏற்ற இறக்கங்களுக்கு ஆளாக்கியது.

பிரெஞ்சு காலனித்துவ ஆட்சியின் கீழ், கம்போடியா மட்டுப்படுத்தப்பட்ட தொழில்மயமாக்கலைக் கொண்டிருந்தது. நாட்டில் பலதரப்பட்ட தொழில்துறைகளுக்கான அடித்தளம் இல்லாதது பொருளாதார வளர்ச்சிக்கும் நவீனமயமாக்கலுக்கும் தடையாக இருந்தது. கம்போடியா குறிப்பிடத்தக்கச் சமூகப் பொருளாதாரச் சமத்துவமின்மையால் பாதிக்கப்பட்டது. மேட்டுக்குடி வர்க்கம் பெரும்பாலான நிலம் மற்றும் செல்வத்தின் கட்டுப்பாட்டைக் கொண்டிருந்தது. செல்வப் பகிர்வில் ஏற்பட்ட இந்த ஏற்றத்தாழ்வு கிராமப்புற மக்களிடையே சமூக அமைதியின்மைக்கும் அதிருப்திக்கும் பங்களித்தது.

கம்போடியாவின் அரசியல் நிலப்பரப்பு ஸ்திரமின்மை மற்றும் மாறிவரும் கூட்டணிகளால் குறிக்கப்பட்டது. பிரெஞ்சு காலனித்துவ ஆட்சியிலிருந்து விடுதலை பெறுவதற்கான போராட்டம், உள்நாட்டு அரசியல் மோதல்கள் உட்பட நாடு அரசியல் கொந்தளிப்பான காலகட்டங்களை அனுபவித்தது. கம்போடியாவின் புவியியல் அமைவிடம் வியட்நாம் போரினால் ஏற்பட்ட பிராந்திய கொந்தளிப்பால் பாதிக்கப்படக் கூடியதாக ஆக்கியது. அண்டை நாடான வியட்நாமில் ஏற்பட்ட மோதல் கம்போடியா வரை பரவியது. இது எல்லை தாண்டிய சண்டை, வர்த்தகப் பாதைகளின் இடையூறு மற்றும் உள்நாட்டு அரசியல் எழுச்சிக்கு வழிவகுத்தது.

கம்போடியா தனது பொருளாதாரத்தை ஆதரிக்க வெளிநாட்டு உதவிகளை, குறிப்பாக அமெரிக்கா மற்றும் மேற்கத்திய நாடுகளின் உதவியை நம்பியிருந்தது. பலவீனமான பொருளாதார ஸ்திரத்தன்மையைப் பராமரிக்க இந்த வெளிப்புற ஆதரவு முக்கியமானது. கல்வி, சுகாதாரம் போன்ற அடிப்படை சேவைகளுக்கான அணுகல் நாட்டில் மட்டுப்படுத்தப்பட்ட விதத்தில் இருந்தது. கிராமப்புறங்களில் பெரும்பாலும் போதுமான போக்குவரத்து மற்றும் தகவல் தொடர்பு வசதிகள் இல்லை.

1975ல் போல்பாட் மற்றும் கெமர் ரூஜ் அதிகாரத்தைக் கைப்பற்றியபோது, கம்போடியாவின் பொருளாதாரம்

பலவீனமானதாகவும், பல ஆண்டுகளாக அரசியல் கொந்தளிப்பு, வெளிப்புற மோதல்கள், சமூக பொருளாதார ஏற்றத்தாழ்வுகளால் ஆழமாக இருந்தது. போல்பாட் ஆட்சிக்கு முன்னர் கம்போடியாவின் பொருளாதார நிலை விவசாயப் பொருளாதாரம், வரையறுக்கப்பட்ட தொழில்மயமாக்கல், காலனித்துவப் பாரம்பரியம், சமூகப் பொருளாதாரச் சமத்துவமின்மை, அரசியல் ஸ்திரமின்மை, வெளிநாட்டு உதவியைச் சார்ந்திருத்தல் ஆகியவற்றால் வகைப்படுத்தப்பட்டது.

துரதிர்ஷ்டவசமாக, கெமர் ரூஜ் ஆட்சியின் தீவிரக் கொள்கைகளால் நாடு குறிப்பிடத்தக்கச் சவால்களை எதிர்கொண்டது. இது வரலாற்றில் மிகவும் பேரழிவுகரமான இனப்படுகொலைகளில் ஒன்றாகவும் மேலும் பொருளாதாரச் சிரமங்களுக்கு வழிவகுத்தது. கம்போடியாவின் கெமர் ரூஜுக்கு முந்தைய பொருளாதாரச் சூழலைப் புரிந்துகொள்வது போல்பாட்டின் ஆட்சியின் தாக்கத்தையும் நாட்டின் பொருளாதாரத்தை மீண்டும் கட்டியெழுப்புவதற்கான அடுத்தடுத்த முயற்சிகளையும் புரிந்துகொள்வதற்கு அவசியம்.

போல்பாட்டின் மையப் பொருளாதாரக் கொள்கைகளில் ஒன்று விவசாயத்தை வலுக்கட்டாயமாக ஒருங்கிணைப்பதாகும். கெமர் ரூஜ் கம்போடியாவைத் தனியார் சொத்துடைமை மற்றும் கூட்டுப் பண்ணையத்தை ஒழிப்பதன் மூலம் ஒரு விவசாய கம்யூனிஸக் கற்பனையாக மாற்ற முயன்றது. அவர்கள் நகர்ப்புற மக்களை வலுக்கட்டாயமாகக் கிராமப்புறங்களுக்கு இடம்பெயர்த்து உழைப்பு மிகுந்த நெல் சாகுபடியில் ஈடுபட்டனர்.

கெமர் ரூஜ் நாணயத்தை ஒழித்து கம்போடியாவின் நாணய முறையைத் திறம்பட அகற்றியது. வர்த்தகம் கடுமையாகக் கட்டுப்படுத்தப்பட்டு, சந்தைகள் அகற்றப்பட்டன. பொருளாதாரப் பரிவர்த்தனைகள் கிட்டத்தட்ட இல்லை. தனியார் சொத்து என்ற கருத்தாக்கம் ஒழிக்கப்பட்டது. இந்த ஆட்சி மக்களை விவசாயக் கூட்டுறவுச் சங்கங்கள் மற்றும் தொழிலாளர் முகாம்களில் கடுமையான கட்டாய உழைப்புக்கு உட்படுத்தியது. போதிய உணவு, உடை மற்றும் தங்குமிடம் இல்லாமல் கடுமையான நிலைமைகளில் மக்கள் நீண்ட நேரம் வேலை செய்ய வைக்கப்பட்டனர். இது பரவலான ஊட்டச்சத்துக் குறைபாடு, சோர்வு மற்றும் மரணத்திற்கு வழிவகுத்தது.

கெமர் ரூஜின் கொள்கைகள் தொழிற்சாலைகள், பள்ளிகள் மற்றும் மருத்துவமனைகள் உள்ளிட்ட உள்கட்டமைப்பைக் கைவிடுவதற்கும் அழிப்பதற்கும் வழிவகுத்தன. இது நாட்டின் பொருளாதாரத் திறனை மேலும் முடக்கி, மனித மூலதன இழப்புக்கு வழிவகுத்தது. விவசாயத்தை வலுக்கட்டாயமாக ஒருங்கிணைத்தல், பாரம்பரிய விவசாய முறைகள் அழிக்கப்பட்டதால், நெல் உற்பத்தியில் கடுமையான சரிவு ஏற்பட்டது. இதன் விளைவாக மக்களுக்குப் போதுமான உணவு கிடைக்காததால் பஞ்சம் மற்றும் பரவலான பட்டினி ஏற்பட்டது.

கெமர் ரூஜின் கீழ் கம்போடியா உலகின் பிற பகுதிகளிலிருந்து பொருளாதார ரீதியாகத் தனிமைப்படுத்தப்பட்டது. வெளிநாட்டு வர்த்தகம் ஸ்தம்பித்தது, ஆட்சியின் அதீத ரகசியம், தனிமைப்படுத்தல் ஆகியவை நாட்டிற்குள் உள்ள மோசமான பொருளாதார நிலைமைகளை மதிப்பிடுவதைச் சர்வதேசச் சமூகத்திற்குக் கடினமாக்கியது. கெமர் ரூஜ் ஆட்சி ஆசிரியர்கள், மருத்துவர்கள் மற்றும் தொழில் வல்லுநர்கள் உட்படப் படித்த மற்றும் திறமையான நபர்களைக் குறிவைத்துச் செயல்படுத்தியது. திறமையான தொழிலாளர்களின் இந்த இழப்பு ஆட்சியின் வீழ்ச்சிக்குப் பின்னர் பொருளாதார ரீதியாக மீள்வதற்கான கம்போடியாவின் திறனைத் தடுத்தது. போல்பாட் ஆட்சியின்போது தொழில்துறை நடவடிக்கைகள் கிட்டத்தட்ட இல்லை. இது உற்பத்தித் துறையின் வீழ்ச்சிக்கு வழிவகுத்தது. தொழிற்சாலைகள் கைவிடப்பட்டன. தொழில்துறை உள்கட்டமைப்பு மோசமடைந்தது.

1979ல் கெமர் ரூஜ் ஆட்சியின் வீழ்ச்சிக்குப் பின்னர், கம்போடியா அதன் உயிர்வாழ்விற்காக வெளிநாட்டு உதவிகளைப் பெரிதும் நம்பியிருந்தது. சர்வதேச மனிதாபிமான அமைப்புகள் உணவு, மருத்துவ உதவி, பொருளாதாரம் மற்றும் உள்கட்டமைப்பை மீண்டும் கட்டியெழுப்புவதற்கான ஆதரவை வழங்கின. போல்பாட் மற்றும் கெமர் ரூஜ் ஆட்சியின்போது கம்போடியாவின் பொருளாதார நிலை தீவிர கூட்டுமயமாக்கல், உள்கட்டமைப்பு அழிவு, பஞ்சம், கட்டாய உழைப்பு, பொருளாதார தனிமைப்படுத்தல் மற்றும் தொழில்துறையின் சரிவு ஆகியவற்றால் குறிக்கப்பட்டது.

இது கம்போடிய மக்களுக்குப் பொருளாதாரப் பேரழிவு மற்றும் துன்பங்களின் காலமாகும். இது நாட்டின் பொருளாதார வளர்ச்சியில் நீண்டகால விளைவுகளை

ஏற்படுத்தியது. கெமர் ரூஜ் செயல்படுத்திய கொள்கைகள் கம்போடியாவின் பொருளாதாரத்தில் ஆழமான மற்றும் தீங்கு விளைவிக்கும் தாக்கத்தை ஏற்படுத்தின. இது நவீன வரலாற்றில் மிகவும் பேரழிவுகரமான அத்தியாயங்களில் ஒன்றாக மாறியது.

2015ம் ஆண்டு நிலவரப்படி, கம்போடியாவின் பொருளாதாரம் நிலையான வளர்ச்சியை அனுபவித்து வருகிறது, இது தென்கிழக்கு ஆசியாவில் வேகமாக வளர்ந்து வரும் பொருளாதாரங்களில் ஒன்றாகும். இந்த நேர்மறையான பொருளாதாரப் பாதைக்குப் பல முக்கிய காரணிகள் பங்களித்தன. கம்போடியா தொடர்ந்து வலுவான பொருளாதார வளர்ச்சி விகிதங்களை அடைந்தது, பெரும்பாலும் ஆண்டுக்கு 7% ஐத் தாண்டியது. உற்பத்தி, கட்டுமானம், சுற்றுலா மற்றும் விவசாயம் உள்ளிட்ட பல்வேறு துறைகள் இந்த வளர்ச்சியை உந்தியுள்ளன.

கம்போடியாவின் பொருளாதாரத்திற்கு ஆடை மற்றும் ஜவுளித் தொழில் ஒரு முக்கியப் பங்களிப்பாக இருந்தது. இது நாட்டின் ஏற்றுமதி மற்றும் வேலைவாய்ப்பில் கணிசமான பகுதியைக் கொண்டுள்ளது. கம்போடியா அதன் குறைந்த தொழிலாளர் செலவுகள், காரணமாக உலகளாவிய ஆடை பிராண்டுகள் மற்றும் உற்பத்தியாளர்களுக்கு ஒரு கவர்ச்சிகரமான இடமாக மாறியது.

கம்போடியாவின் சுற்றுலாத் துறை வேகமாக விரிவடைந்து வருகிறது, சர்வதேசச் சுற்றுலாப் பயணிகள் அங்கோர் வாட் போன்ற புகழ்பெற்ற இடங்களுக்குச் சென்று நாட்டின் இயற்கை அழகை ரசிப்பது அதிகரித்து வருகிறது. அந்நியச் செலாவணி வருவாய் மற்றும் வேலைவாய்ப்பிற்குச் சுற்றுலா ஒரு முக்கிய ஆதாரமாக இருந்தது. உற்பத்தி, ரியல் எஸ்டேட், விவசாயம் உள்ளிட்ட பல்வேறு துறைகளில் அன்னிய நேரடி முதலீட்டை கம்போடியா ஈர்த்தது. நாட்டின் வர்த்தகம் வளர்ந்து வந்தது, வர்த்தக ஒப்பந்தங்கள் அதன் ஏற்றுமதிக்குப் பயனளித்தன.

பொருளாதார வளர்ச்சி வறுமை விகிதங்களில் கணிசமான குறைப்புக்குப் பங்களித்தது, பல கம்போடியர்களின் வாழ்க்கைத் தரத்தை மேம்படுத்தியது. அரசாங்கமும் சர்வதேச அமைப்புகளும் வறுமையை மேலும் குறைப்பதற்கான சமூக அபிவிருத்தி வேலைத்திட்டங்களில் செயற்பட்டு வருகின்றன. கம்போடியா பிராந்தியத்தில் பொருளாதார வளர்ச்சி மற்றும்

இணைப்பை ஆதரிக்கச் சாலை நெட்வொர்க்குகள், துறைமுகங்கள் மற்றும் எரிசக்தி உற்பத்தி உள்ளிட்ட உள்கட்டமைப்பு வளர்ச்சியில் முதலீடு செய்து வருகிறது.

நேர்மறையான போக்குகள் இருந்தபோதிலும், கம்போடியா வருமான சமத்துவமின்மை, நிலத் தகராறுகள், ஆடைத் துறையில் தொழிலாளர் உரிமை பிரச்சினைகள் மற்றும் அரசியல் ஸ்திரத்தன்மை மற்றும் நிர்வாகம் தொடர்பான கவலைகள் உள்ளிட்ட சவால்களை எதிர்கொண்டது.

14. போல்பாட்டும் கம்போடிய ராணுவத் தளவாடங்களின் நிலைமையும்

போல்பாட் ஆட்சிக்கு முன்பு, கம்போடியா ஒப்பீட்டளவில் மிதமான ஆனால் மாறுபட்ட ராணுவத் தளவாடங்களைக் கொண்டிருந்தது. நாட்டின் ராணுவ வலிமை மற்றும் ஆயுதங்கள் அதன் வரலாற்றுப் பின்னணி மற்றும் தென்கிழக்கு ஆசியாவின் பிராந்திய இயக்கவியல் ஆகியவற்றால் பாதிக்கப்பட்டன. கம்போடியாவின் ராணுவ ஆயுதங்கள் பிரெஞ்சு ஆட்சியின் கீழ் அதன் காலனித்துவ வரலாற்றால் தாக்கம் பெற்றன. காலனித்துவக் காலத்தில், பிரெஞ்சுக்காரர்கள் கம்போடிய ராணுவத்திற்குத் துப்பாக்கிகள் மற்றும் பீரங்கிகள் உள்ளிட்ட பழைய மற்றும் நவீன ஆயுதங்களின் கலவையை வழங்கினர்.

வியட்நாம் போருக்கு கம்போடியாவின் நெருக்கம் அதன் ராணுவத் திறன்களில் குறிப்பிடத்தக்கத் தாக்கத்தை ஏற்படுத்தியது. இந்த மோதலின்போது, கம்போடியா அமெரிக்கா உள்ளிட்ட பல்வேறு மூலங்களிலிருந்து ராணுவ உதவிகளையும் ஆயுதங்களையும் பெற்றது. இந்த உதவியில் சிறிய ஆயுதங்கள், வெடிமருந்துகள் மற்றும் ராணுவ உபகரணங்கள் அடங்கும்.

இளவரசர் நோரோடோம் சிஹானூக்கின் கீழ் கம்போடியா, பனிப்போரின்போது சோவியத் ஒன்றியம் மற்றும் சீனா ஆகிய இரண்டுடனும் ராஜதந்திர உறவுகளைப் பேணி வந்தது. இதன் விளைவாக, கம்போடியா இந்த வல்லரசுகளிடமிருந்து ராணுவ உதவிகளையும் ஆயுதங்களையும் பெற்றது. சோவியத் ஒன்றியம் டாங்கிகள், பீரங்கிகள் மற்றும் விமானங்களை வழங்கியது, சீனா சிறிய ஆயுதங்கள் மற்றும் வெடிமருந்துகளை வழங்கியது.

பெரிய பிராந்தியச் சக்திகளுடன் ஒப்பிடும்போது கம்போடியா ஒப்பீட்டளவில் சிறிய நிலையான ராணுவத்தைக் கொண்டிருந்தது. அதன் ஆயுதப் படைகளின் அளவு, திறன் அதன் பொருளாதார வளங்கள் மற்றும் நாட்டிற்குள் ஸ்திரத்தன்மையைப் பராமரிக்க வேண்டியதன் அவசியம் ஆகியவற்றால் மட்டுப்படுத்தப்பட்டது. கம்போடியாவின் ராணுவம் நவீனமயமாக்கல் செயல்பாட்டில் இருந்தது, ஆனால் அது சில அண்டை நாடுகளில் காணப்படும் அதிநவீன நிலையை அடையவில்லை. முதன்மையாக வழக்கமான காலாட்படை படைகளில் கவனம் செலுத்தப்பட்டது. நாட்டில் வரையறுக்கப்பட்ட விமானப்படை மற்றும் கடற்படை இருப்பு இருந்தது.

கம்போடியாவின் ராணுவ சக்தி தற்போதைய எல்லை மோதல்கள் மற்றும் பிராந்தியப் பதற்றங்களால் பாதிக்கப்பட்டது. அண்டை நாடுகளுடன், குறிப்பாக தாய்லாந்து மற்றும் வியட்நாமுடன் பதற்றங்கள் அவ்வப்போது வெடித்தன, இது அவ்வப்போது மோதல்களுக்கும் வழிவகுத்தது.

இளவரசர் நோரோடோம் சிஹானூக் முடியாட்சி மற்றும் பல்வேறு அரசியல் பிரிவுகளுக்கு இடையிலான சிக்கலான உறவு உட்பட கம்போடியாவின் உள் அரசியல் இயக்கவியல் நாட்டின் ராணுவ மற்றும் பாதுகாப்புக் கொள்கைகளில் செல்வாக்கு செலுத்தியது. போல்பாட் ஆட்சிக்கு முன்னர் கம்போடியாவின் ராணுவத் தளவாடங்கள் அமெரிக்கா, சோவியத் ஒன்றியம் மற்றும் சீனா உள்ளிட்ட பல்வேறு வெளிப்புற ஆதாரங்களால் வழங்கப்பட்ட ஆயுதங்கள் மற்றும் உபகரணங்களின் கலவையைக் கொண்டிருந்தன.

வியட்நாம் போரின்போது அந்நாடு ராணுவ உதவியைப் பெற்று பெரும் வல்லரசுகளுடன் ராஜதந்திர உறவுகளைப் பேணிவந்த போதிலும், அதன் சில பிராந்திய அண்டை நாடுகளுடன் ஒப்பிடும்போது அதன் ராணுவத் திறன்கள் இன்னும் சுமாராகவே இருந்தன. கம்போடியாவின் ராணுவ ஆயுதங்களின் சக்தி வரலாற்றுக் காரணிகள், பிராந்திய இயக்கவியல் மற்றும் அதன் சொந்த உள் அரசியல் பின்னணி ஆகியவற்றால் வடிவமைக்கப்பட்டது. கெமர் ரூஜின் ராணுவக் கொள்கையின் வரையறுக்கப்பட்ட அம்சங்களில் ஒன்று நவீன ஆயுதங்களைக் கைவிட்டு, மிகவும் பழமையான, விவசாயத்தை அடிப்படையாகக் கொண்ட சமூகத்திற்குத் திரும்புவதாகும். போல்பாட் விவசாய கம்யூனிஸத்தின் தீவிர வடிவத்தை

நம்பினார் மற்றும் நவீன ராணுவ தொழில்நுட்பத்தை நிராகரித்தார்.

ஆட்சியைப் பிடித்தவுடன், போல்பாட் முறையான கம்போடிய ஆயுதப் படைகளைக் கலைக்க உத்தரவிட்டார் மற்றும் நாட்டின் ராணுவ படிநிலையை ஒழித்தார். படைவீரர்கள் வெளியேற்றப்பட்டனர், ஆயுதங்கள் பறிமுதல் செய்யப்பட்டன, சேமித்து வைக்கப்பட்டன அல்லது அழிக்கப்பட்டன. கெமர் ரூஜின் முதன்மை கவனம் கட்டாய உழைப்பு மற்றும் தீவிர விவசாய கூட்டுமயமாக்கலை செயல்படுத்துவதில் இருந்தது. ஒரு பாரம்பரிய ராணுவப் படையைப் பராமரிப்பதை விட விவசாய வேலைகளுக்கு மக்களை அணிதிரட்டுவதற்கு இந்த ஆட்சி முன்னுரிமை அளித்தது.

கெமர் ரூஜ் சிறிய ஆயுதங்கள் மற்றும் இலகுரக காலாட்படை ஆயுதங்கள் உட்பட வரையறுக்கப்பட்ட ஆயுதக் களஞ்சியத்தை வைத்திருந்தது, ஆனால் இவை முதன்மையாக உள்நாட்டுப் பாதுகாப்பு நோக்கங்களுக்காகப் பயன்படுத்தப்பட்டன. எதிர்ப்பை அடக்குவதற்கும் கட்டுப்பாட்டைத் தக்கவைத்துக் கொள்வதற்கும் ஆட்சி அதன் பாதுகாப்புப் படைகளை நம்பியிருந்தது. கெமர் ரூஜ் காலத்தில் கம்போடியாவில் விமானப்படையோ, கடற்படையோ இல்லை. ஆட்சியின் ராணுவத் திறன்கள் பெருமளவில் தரை அடிப்படையிலானவை, மேலும் குறிப்பிடத்தக்கக் கடற்படை அல்லது வான்வழி சொத்துகள் எதுவும் இல்லை.

கெமர் ரூஜ் பொதுமக்களிடமிருந்தும் கைப்பற்றப்பட்ட எதிரிகளிடமிருந்தும் துப்பாக்கிகள் மற்றும் வெடிமருந்துகளைப் பறிமுதல் செய்தது. விவசாயம் போன்ற ராணுவம் அல்லாத நோக்கங்களுக்காகச் சில ஆயுதங்கள் பிரிக்கப்பட்டு மறு விநியோகம் செய்யப்பட்டன. கெமர் ரூஜ் வசம் இருந்த ஆயுதங்கள் பெரும்பாலும் அடக்குமுறைக்கும் கட்டுப்பாட்டிற்கும் பயன்படுத்தப்பட்டன. பாதுகாப்புப் படைகள் அதிகாரத்தைத் தக்கவைத்துக் கொள்வதற்காக வன்முறை மற்றும் மரண தண்டனைகளைப் பயன்படுத்தின. கெமர் ரூஜின் தீவிரக் கொள்கைகளும் மிருகத்தனமும் கம்போடியாவைச் சர்வதேசச் சமூகத்திலிருந்து தனிமைப்படுத்தின. இதன் விளைவாக, இந்த ஆட்சி அதன் ஆட்சியின்போது குறிப்பிடத்தக்க வெளிப்புற ராணுவ ஆதரவைப் பெறவில்லை.

கெமர் ரூஜ் ஆட்சியின்போது கம்போடியாவின் ராணுவ ஆயுதங்களின் சக்தி நவீன ராணுவ தொழில்நுட்பத்தைக் கைவிட்டதாலும், முறையான ஆயுதப் படைகள் கலைக்கப்பட்டதாலும் வகைப்படுத்தப்பட்டது. கெமர் ரூஜ் ஒரு வழக்கமான ராணுவத்தைப் பராமரிப்பதை விடத் தீவிர விவசாய கூட்டுமயமாக்கல் மற்றும் கட்டாய உழைப்பு ஆகியவற்றில் கவனம் செலுத்தியது. உள்நாட்டுப் பாதுகாப்பிற்காகச் சில ஆயுதங்களை இந்த ஆட்சி வைத்திருந்தாலும், அது ஒரு பாரம்பரிய ராணுவப் படை, விமானப்படை அல்லது கடற்படையைப் பராமரிக்கவில்லை. அதற்குப் பதிலாக, கெமர் ரூஜின் ஆயுதங்கள் முதன்மையாக கம்போடியாவிற்குள் அடக்குமுறை மற்றும் கட்டுப்பாட்டிற்காகப் பயன்படுத்தப்பட்டன. இது நாட்டின் வரலாற்றில் இருண்ட காலகட்டங்களில் ஒன்றாகும்.

கம்போடியா அதன் மொத்த உள்நாட்டு உற்பத்தியில் ஒரு சதவீதமாக ஒப்பீட்டளவில் மிதமான பாதுகாப்பு வரவுசெலவுத் திட்டத்தைப் பராமரித்து வந்தது. நாட்டின் வரையறுக்கப்பட்ட நிதி ஆதாரங்கள் உள்கட்டமைப்பு மேம்பாடு மற்றும் சமூக திட்டங்கள் உள்ளிட்ட பல்வேறு முன்னுரிமைகளை நோக்கிச் செலுத்தப்பட்டன. ராயல் கம்போடிய ஆயுதப்படைகள் (ஆர்.சி.ஏ.எஃப்), குறிப்பாக ராணுவம், கம்போடியாவின் ராணுவத்தின் ஆதிக்க அங்கமாக இருந்தது. ராணுவம் நிதி மற்றும் வளங்களின் பெரும்பகுதியைப் பெற்றது. இது நிலம் சார்ந்த பாதுகாப்பில் நாட்டின் கவனத்தைப் பிரதிபலிக்கிறது.

கம்போடியாவின் ராணுவ இருப்பு பெரும்பாலும் டாங்கிகள், கவச வாகனங்கள், பீரங்கிகள் மற்றும் சிறிய ஆயுதங்கள் உள்ளிட்ட பழைய சோவியத் கால ஆயுதங்களைக் கொண்டிருந்தது. இந்த ஆயுதங்கள் பனிப்போரின்போது சோவியத் யூனியனுடன் நாட்டின் கடந்தகால இணைப்பின் எச்சங்களாகும். கம்போடியாவின் கடற்படை மற்றும் வான்படைகள் அதன் நிலப் படைகளுடன் ஒப்பிடும்போது குறைவான வளர்ச்சியைக் கொண்டிருந்தன. நாட்டில் குறைந்த எண்ணிக்கையிலான ரோந்து படகுகள் மற்றும் ஹெலிகாப்டர்கள் இருந்தன. இதில் விமானப் படையும், கடற்படையும் இல்லை.

சீனா, ரஷ்யா உள்ளிட்ட பல்வேறு நாடுகளுடன் நெருக்கமான ராஜதந்திர மற்றும் ராணுவ உறவுகளை கம்போடியா பேணி

வந்தது. இது சில ராணுவ உதவிகளையும் உபகரணங்களையும் வழங்கியது. இந்த உறவுகள் அரசியல் மற்றும் பொருளாதாரக் காரணங்களால் இயக்கப்பட்டன. கம்போடியாவின் ராணுவத் திறன்கள் அண்டை நாடுகளுடனான, குறிப்பாக தாய்லாந்து உடனான எல்லைப் பிரச்சினைகள் உட்படப் பிராந்தியப் பாதுகாப்பு கவலைகளால் பாதிக்கப்பட்டன. இந்தப் பதற்றங்கள் அவ்வப்போது ராணுவ மோதல்கள் மற்றும் மோதல்களுக்கு வழிவகுத்தன. ஐக்கிய நாடுகள் சபையின் அனுசரணையின் கீழ்ச் சர்வதேச அமைதி காக்கும் பணிகளுக்கு கம்போடியா துருப்புக்களை வழங்கியது. இந்த நிலைநிறுத்தல்கள் ராஜதந்திர மற்றும் நிதி நோக்கங்களுக்காகச் சேவை செய்தன. கம்போடியா சர்வதேச நன்மதிப்பையும் அமைதி காக்கும் நடவடிக்கைகளில் பங்கேற்பதன் மூலம் வருமானத்தையும் ஈட்டின.

கம்போடியாவின் ராணுவம் முதன்மையாக அதிகார திட்டமிடலைவிடப் பாதுகாப்பு மற்றும் உள்நாட்டுப் பாதுகாப்பிற்காகக் கட்டமைக்கப்பட்டது. அது மேம்பட்ட தாக்குதல் திறன்களையோ அல்லது குறிப்பிடத்தக்க வெளிநாட்டு ராணுவ இருப்பையோ கொண்டிருக்கவில்லை. கம்போடிய அரசாங்கம் தனது ஆயுதப் படைகளை நவீனமயமாக்குவதில் ஆர்வத்தை வெளிப்படுத்தியது. இதில் வயதான உபகரணங்களை மேம்படுத்துவதற்கும் மாற்றுவதற்கும் திட்டங்கள் அடங்கும். இருப்பினும், நவீனமயமாக்கலின் வேகம் வரவுசெலவுத் திட்டக் கட்டுப்பாடுகளால் மட்டுப்படுத்தப்பட்டது.

15. போல்பாட் பற்றிய கருத்துகளும் புத்தகங்களும்

போல்பாட் பற்றி உலகெங்கிலும் உள்ள முக்கிய நபர்கள் மற்றும் தலைவர்களின் கருத்துகள் மிகவும் எதிர்மறையானவை.

ஜிம்மி கார்ட்டர் (Jimmy Carter): அமெரிக்காவின் முன்னாள் ஜனாதிபதி ஜிம்மி கார்ட்டர், போல்பாட் மற்றும் கெமர் ரூஜ் ஆகியோர் மனிதக்குலத்திற்கு எதிரான குற்றங்களுக்காகக் கடுமையாகக் கண்டித்தார்.

ஹென்றி கிஸ்ஸிங்கர் (Henry Kissinger): கம்போடிய மோதலின்போது ஹென்றி கிஸ்ஸிங்கரின் கொள்கைகளைச் சுற்றி சர்ச்சைகள் இருந்தபோதிலும், கெமர் ரூஜ் ஆட்சியின் மிருகத்தனத்தை அவர் ஒப்புக்கொண்டார்.

மனித உரிமை வழக்கறிஞர்கள்: எலி வைசல் (Elie Wiesel): நோபல் பரிசு பெற்றவரும் ஹோலோகாஸ்ட் உயிர் பிழைத்தவருமான எலி வைசல் கெமர் ரூஜ் செய்த அட்டூழியங்களுக்கு எதிராகக் பேசினார். இனப்படுகொலையை நினைவுகூர்வது மற்றும் தடுப்பதன் முக்கியத்துவத்தை வலியுறுத்தினார்.

அம்னெஸ்டி இன்டர்நேஷனல்: மனித உரிமை அமைப்பான அம்னெஸ்டி இன்டர்நேஷனல் போல்பாட் ஆட்சியின் கீழ் நடந்த மனித உரிமை மீறல்களை ஆவணப்படுத்தி கண்டனம் செய்து, நீதி மற்றும் பொறுப்புக்கூறலை வலியுறுத்துகிறது.

ஐக்கிய நாடுகள் சபை: கெமர் ரூஜின் நடவடிக்கைகளைக் கண்டித்தும், ஆட்சியின் குற்றங்கள் குறித்து விசாரணை நடத்தப்பட வேண்டும் என்றும் ஐக்கிய நாடுகள் சபை தீர்மானங்களை நிறைவேற்றியது.

சர்வதேச குற்றவியல் நீதிமன்றம்: போல்பாட் ஒருபோதும் நீதியின் முன் கொண்டு வரப்படவில்லை என்றாலும், கெமர் ரூஜ் செய்ததைப்போல மனிதக்குலத்திற்கு எதிரான குற்றங்களுக்குத் தனிநபர்களைப் பொறுப்பேற்கச் செய்வதற்காகச் சர்வதேசக் குற்றவியல் நீதிமன்றம் நிறுவப்பட்டது.

கல்வியாளர்கள் மற்றும் அறிஞர்கள்: உலகெங்கிலும் உள்ள அறிஞர்களும் ஆராய்ச்சியாளர்களும் கம்போடிய இனப்படுகொலையை விரிவாக ஆராய்ந்து, அட்டூழியங்களையும் அவற்றின் பேரழிவு விளைவுகளையும் ஆவணப்படுத்தும் ஏராளமான ஆதாரங்களை வழங்கியுள்ளனர்.

கம்போடியத் தலைமைத்துவம்: பிரதம மந்திரி ஹுன் சென் உட்பட கெமர் ரூஜ்க்கு பிந்தைய கம்போடியாவின் தலைவர்கள், கம்போடிய மக்களுக்கு அவர்கள் இழைத்த துன்பங்களுக்காக போல்பாட் மற்றும் ஆட்சியைத் தொடர்ந்து கண்டித்துள்ளனர்.

நினைவு மற்றும் கல்வி: போல்பாட்டின் குற்றங்கள் மற்றும் கம்போடிய இனப்படுகொலையின் நினைவுகள் பாதுகாக்கப்படுவதை உறுதி செய்வதற்காக நினைவுச் சின்னங்கள், அருங்காட்சியகங்கள் மற்றும் கல்வி முன்முயற்சிகள் உலகளவில் நிறுவப்பட்டுள்ளன. மனித உரிமைகளின் முக்கியத்துவம் மற்றும் இனப்படுகொலை தடுப்பு குறித்து எதிர்காலச் சந்ததியினருக்குக் கற்பிக்கப் பயன்படுத்தப்படுகின்றன.

போல்பாட் பற்றிய உலகளாவிய முக்கிய நபர்களின் கருத்துகள் கண்டனம், நினைவூட்டல், நீதி, மனித உரிமைகளுக்கான அர்ப்பணிப்பு ஆகியவற்றால் வகைப்படுத்தப்படுகின்றன. போல்பாட்டின் நடவடிக்கைகளும் அவரது ஆட்சியின் மிருகத்தனமும் ஒரு நீடித்த திகிலூட்டும் பாரம்பரியத்தை விட்டுச் சென்றுள்ளன.

எதிர்காலத்தில் இதுபோன்ற அட்டூழியங்கள் நிகழாமல் தடுக்க வேண்டியதன் அவசியத்தை அப்பட்டமாக

நினைவூட்டுகின்றன. கம்போடிய இனப்படுகொலையால் பாதிக்கப்பட்டவர்களுக்கு உலகளாவிய சமூகம், தலைவர்கள், அமைப்புகள், தனிநபர்கள் மூலம் தொடர்ந்து தனது ஒற்றுமையை வெளிப்படுத்தியுள்ளது. போல்பாட் மற்றும் கெமர் ரூஜ் குற்றங்களை உலகம் ஒருபோதும் மறக்காது என்பதை உறுதி செய்வதற்கான அதன் உறுதிப்பாட்டையும் வெளிப்படுத்தியுள்ளது.

கம்போடியாவின் வரலாற்றை விரிவாக ஆராய, மாறுபட்ட முன்னோக்குகள் மற்றும் விரிவான பகுப்பாய்வுகளை வழங்கும் பல்வேறு ஆதாரங்களை அணுகுவது அவசியம். போல்பாட்டின் வாழ்க்கை, சித்தாந்தம் மற்றும் அவரது ஆட்சியின்போது இழைக்கப்பட்ட அட்டூழியங்களைப் பற்றி மேலும் அறிய, பல புத்தகங்கள் உதவுகின்றன. கம்போடியாவின் வரலாறு பண்டைய நாகரிகங்கள், காலனித்துவ ஆட்சி, சுதந்திரப் போராட்டங்கள், கெமர் ரூஜ் ஆட்சி போன்ற கம்போடியாவின் கடந்த காலத்தைப் பற்றிய மதிப்புமிக்க நுண்ணறிவுகளை வழங்கும் சில குறிப்பிடத்தக்கப் புத்தகங்கள் குறித்து இங்குக் காண்போம்.

'Pol Pot: Anatomy of a Nightmare' by Philip Short: இப்புத்தகம் பொல்பாட்டின் வாழ்க்கையை உன்னிப்பாக ஆராய்ச்சி செய்து அவரைப் பற்றிய விரிவான தகவல்களை வழங்குகிறது. அவரது குழந்தைப் பருவம், அதிகாரத்திற்கான உயர்வு மற்றும் இறுதியில் வீழ்ச்சி என பொல்பாட்டின் கருத்தியல் நம்பிக்கைகள், கெமர் ரூஜ் இயக்கத்தில் அவரது பங்கு, அவரது ஆட்சியின்போது செயல்படுத்தப்பட்ட கொடூரமான கொள்கைகள் ஆகியவற்றை ஷார்ட் ஆராய்கிறார். நேர்காணல்கள், வரலாற்று ஆவணங்கள் மற்றும் அறிவார்ந்த ஆராய்ச்சிகள் ஆகியவற்றிலிருந்து வரைந்து, ஷார்ட் பொல்பாட்டின் நடவடிக்கைகளுக்குப் பின்னால் உள்ள உந்துதல்கள் மற்றும் கம்போடியாவிற்குப் பேரழிவு விளைவுகள் பற்றிய நுண்ணறிவுகளை வழங்குகிறார்.

'Brother Number One: A Political Biography of Pol Pot' by David P. Chandler: கம்போடிய வரலாற்றின் முன்னணி அறிஞரான சாண்ட்லர், பொல்பாட்டின் அரசியல் வாழ்க்கை மற்றும் கெமர் ரூஜ் ஆட்சி பற்றிய விரிவான பகுப்பாய்வை வழங்குகிறார். நுணுக்கமான ஆராய்ச்சி மற்றும் நேரடி கணக்குகள் மூலம், சாண்ட்லர் பொல்பாட்டின் ஆரம்பக்கால தாக்கங்கள், அவரது தலைமைத்துவப் பாணி, கட்டாய உழைப்பு முகாம்கள், வெகுஜன மரணதண்டனைகள் போன்ற

தீவிரமான கொள்கைகளைச் செயல்படுத்துவதை ஆராய்கிறார். பனிப்போரின் சர்வதேசப் பின்னணி மற்றும் கம்போடியா மீதான அதன் தாக்கத்தையும் சாண்ட்லர் ஆராய்கிறார், பொல்பாட்டின் ஆட்சியின்போது பரந்த புவிசார் அரசியல் சக்திகள் மீது வெளிச்சம் பாய்ச்சுகிறார்.

'The Pol Pot Regime: Race, Power, and Genocide in Cambodia under the Khmer Rouge, 1975-79' by Ben Kiernan: கீர்னனின் முக்கிய படைப்பு கெமர் ரூஜ் ஆட்சி பற்றிய ஒரு விரிவான ஆய்வை வழங்குகிறது, அதன் இனப்படுகொலை மற்றும் வெகுஜன வன்முறை கொள்கைகளில் கவனம் செலுத்துகிறது. விரிவான ஆவணக் காப்பக ஆய்வுகள், நேரில் கண்ட சாட்சியங்களை அடிப்படையாகக் கொண்டு, கீர்னன் பொல்பாட்டின் தலைமையின் கீழ் இழைக்கப்பட்ட அட்டூழியங்களின் அளவை ஆவணப்படுத்துகிறார், இதில் இன சிறுபான்மையினர், புத்திஜீவிகள். அரசின் எதிரிகள் என்று கருதப்படுபவர்களை இலக்கு வைத்தல் ஆகியவை அடங்கும். விரிவான பகுப்பாய்வு மற்றும் புள்ளிவிவர ஆதாரங்கள் மூலம், கீர்னன் அரசு ஆதரவிலான வன்முறையின் இயங்குமுறைகள் மற்றும் கம்போடியாவிற்கான பொல்பாட்டின் தீவிரப் பார்வையின் மனித எண்ணிக்கை பற்றிய நுண்ணறிவுகளை வழங்குகிறார்.

'Voices from S-21: Terror and History in Pol Pot's Secret Prison' by David P. Chandler: இந்தப் புத்தகம் S—21 சிறையில் தப்பிப்பிழைத்தவர்களின் சாட்சியங்கள் மூலம் பொல்பாட்டின் ஆட்சியின் உள் செயல்பாடுகள் பற்றிய ஓர் உறைய வைக்கும் பார்வையை வழங்குகிறது. சாண்ட்லர் வரலாற்று உள்ளடக்கம் மற்றும் பகுப்பாய்வை நேரடியான தகவல்களுடன் வழங்குகிறார், சித்திரவதை, விசாரணை மற்றும் கெமர் ரூஜ் பாதுகாப்பு எந்திரத்தால் பயன்படுத்தப்பட்ட மரணதண்டனை முறைகள் மீது வெளிச்சம் பாய்ச்சுகிறார். இந்தத் தனிப்பட்ட விவரிப்புகள் மூலம், சாண்ட்லர் பொல்பாட்டின் பயங்கர ஆட்சியின் மனிதத் தாக்கத்தையும் அதிலிருந்து தப்பியவர்களின் நெகிழ்ச்சியையும் எடுத்துக்காட்டுகிறார்.

'First They Killed My Father: A Daughter of Cambodia Remembers' by Loung Ung: ஒரு குழந்தையாகக் கம்போடிய இனப்படுகொலையின் கொடூரங்களில் இருந்து தப்பிய Loung ung எனும் பெண்மணியால் எழுதப்பட்ட இந்தப் புத்தகம், சாதாரணக் கம்போடிய மக்கள் மீது பொல்பாட்டின்

கொள்கைகளின் தாக்கம் பற்றிய ஒரு கசப்பான, ஆழமான தனிப்பட்ட முன்னோக்கை வழங்குகிறது. கம்போடிய வரலாற்றின் இந்த இருண்ட அத்தியாயத்தின்போது அவரது குடும்பத்தினரும் மற்றவர்களும் அனுபவித்த மிருகத்தனத்தையும் இழப்பையும் உங்கின் விவரிப்பு தெளிவாகச் சித்தரிக்கிறது.

'A History of Cambodia' by David P. Chandler: சாண்ட்லரின் முக்கியமான படைப்பு கம்போடியாவின் மிகவும் அதிகாரப்பூர்வமான மற்றும் விரிவான வரலாறுகளில் ஒன்றாகப் பரவலாகக் கருதப்படுகிறது. பண்டைய காலத்திலிருந்து இன்று வரையிலான காலகட்டத்தை உள்ளடக்கிய சாண்ட்லர் கம்போடியாவின் அரசியல், கலாசார மற்றும் சமூக பரிணாமத்தை ஆராய்கிறார். காப்பக ஆதாரங்கள், தொல்பொருள் சான்றுகள் மற்றும் அறிவார்ந்த ஆராய்ச்சி ஆகியவற்றை வரைந்து, கெமர் பேரரசின் எழுச்சி, வீழ்ச்சி, காலனித்துவம், சுதந்திரம், கெமர் ரூஜ் சகாப்தம் உள்ளிட்ட கம்போடிய வரலாற்றின் முக்கிய நிகழ்வுகள், முன்னேற்றங்கள் பற்றிய நுணுக்கமான புரிதலை சாண்ட்லர் வழங்குகிறார்.

'Cambodia: Report From a Stricken Land' by Henry Kamm: மூத்த பத்திரிகையாளரும் முன்னாள் நியூயார்க் டைம்ஸ் நிருபருமான ஹென்றி கம், கம்போடியாவின் கொந்தளிப்பான வரலாற்றைத் தெளிவான கதைசொல்லல் மற்றும் கள அறிக்கையிடல் மூலம், கம்போடியாவின் சுதந்திரத்திற்கான போராட்டங்கள், நாட்டில் வியட்நாம் போரின் தாக்கம், கெமர் ரூஜின் எழுச்சி பற்றிய நுண்ணறிவுகளை வழங்குகிறார். நேர்காணல்கள், வரலாற்றுப் பகுப்பாய்வு மற்றும் புள்ளிவிவரத் தரவுகளை வரைந்து, கம்போடியாவில் அரசியல் எழுச்சி மற்றும் மோதலின் மனித விலை குறித்து கம் வெளிச்சம் போடுகிறார்.

'When the War Was Over: Cambodia and the Khmer Rouge Revolution' by Elizabeth Becker: பெக்கரின் உன்னிப்பாக ஆராய்ச்சி செய்யப்பட்ட புத்தகம் கம்போடியாவின் சமீபத்திய வரலாற்றின் விரிவான ஆய்வை வழங்குகிறது, இது கெமர் ரூஜ் காலத்தை மையமாகக் கொண்டுள்ளது. உயிர்தப்பியவர்கள், அரசாங்க அதிகாரிகள், முன்னாள் கெமர் ரூஜ் காரியாளர்களுடனான நேர்காணல்களை வரைந்து, பெக்கர் பொல்பாட்டின் ஆட்சி, கம்போடிய சமுதாயத்தில் அதன் பேரழிவு தாக்கம் பற்றிய விரிவான தகவல்களை

வழங்குகிறார். புள்ளிவிவரப் பகுப்பாய்வு மற்றும் வரலாற்று ஆவணங்கள் மூலம், கம்போடியாவின் வரலாற்றில் இந்த இருண்ட அத்தியாயத்தில் மனிதத் துன்பம் மற்றும் இழப்பின் அளவை பெக்கர் வெளிச்சம் போட்டுக் காட்டுகிறார்.

'Surviving the Killing Fields: The Cambodian Odyssey of Haing S. Ngor' by Haing S. Ngor: இந்த நினைவுக் குறிப்பு கம்போடியாவின் வரலாறு குறித்த தனிப்பட்ட முன்னோக்கை வழங்குகிறது, குறிப்பாக கெமர் ரூஜ் சகாப்தத்தில். இனப்படுகொலையில் இருந்து தப்பியவரும் பின்னர் அகாடமி விருது பெற்ற நடிகருமான 'Haing S. Ngor' கெமர் ரூஜ் ஆட்சியின் கீழ் வாழ்ந்த தனது அனுபவங்களையும் அமெரிக்காவிற்குத் தப்பிச் சென்றதையும் விவரிக்கிறார். நுகோரின் விவரிப்பின் மூலம், கம்போடியாவின் சோகத்தின் மனிதப் பரிமாணங்கள் மற்றும் அதன் மக்களின் பின்னடைவு பற்றிய நுண்ணறிவை வாசகர்கள் பெறுகிறார்கள்.

இந்தப் புத்தகங்கள் பொல்பாட்டின் வாழ்க்கை, சித்தாந்தம் மற்றும் மரபு பற்றிய மதிப்புமிக்க நுண்ணறிவுகளை வழங்குகின்றன, காப்பகப் பொருட்கள், அறிஞர்களின் ஆராய்ச்சி மற்றும் நேரடி கணக்குகள் உட்படப் பல ஆதாரங்களை வரைகின்றன. கெமர் ரூஜ் சகாப்தத்தின் வரலாற்றுச் சூழல், அரசியல் இயக்கவியல் மற்றும் மனித அனுபவங்களை ஆராய்வதன் மூலம், வாசகர்கள் 20ம் நூற்றாண்டின் மிகவும் சோகமான அத்தியாயங்களில் ஒன்றைப் பற்றிய ஆழமான புரிதலைப் பெற முடியும்.

இந்தப் புத்தகங்கள் கம்போடியாவின் வரலாற்றைப் பற்றிய மதிப்புமிக்க நுண்ணறிவுகளை வழங்குகின்றன, நாட்டின் கடந்த காலத்தைப் பற்றிய விரிவான புரிதலை வழங்க பலவிதமான ஆதாரங்கள் மற்றும் முன்னோக்குகளை வரைகின்றன. பல நூற்றாண்டுகளாக கம்போடியாவை வடிவமைத்த அரசியல், சமூக மற்றும் கலாசார இயக்கவியலை ஆராய்வதன் மூலம், வாசகர்கள் அதன் வரலாற்றின் சிக்கல்கள் மற்றும் அது எதிர்கொண்ட சவால்கள் குறித்து ஆழமான புரிதலைப் பெறலாம்.